चांदण्यात

वि. स. खांडेकर

AA000848

मेहता पब्लिशिंग हाऊस

✆ +91 020-24476924 / 24460313

Email : info@mehtapublishinghouse.com
production@mehtapublishinghouse.com
sales@mehtapublishinghouse.com

Website : www.mehtapublishinghouse.com

- *या पुस्तकातील लेखकाची मते, घटना, वर्णने ही त्या लेखकाची असून त्याच्याशी प्रकाशक सहमत असतीलच असे नाही.*

CHANDANYAT by V. S. KHANDEKAR

चांदण्यात : वि. स. खांडेकर / लघुनिबंध संग्रह

© सुरक्षित

मराठी पुस्तक प्रकाशनाचे हक्क मेहता पब्लिशिंग हाऊस, पुणे.

प्रकाशक : सुनील अनिल मेहता, मेहता पब्लिशिंग हाऊस,
१९४१, सदाशिव पेठ, माडीवाले कॉलनी, पुणे - ४११०३०.

मुखपृष्ठ : मेहता पब्लिशिंग हाऊस

प्रकाशनकाल : १९३८ / १९४७ / तिसरी आवृत्ती : जानेवारी, १९९३ / फेब्रुवारी, १९९७ / डिसेंबर, २००६ / पुनर्मुद्रण : मे, २०१५

ISBN for Printed Book 8171616585

ISBN for E-Book 9788184987218

प्रिय पुतणे
चि. राजाराम आठलेकर
आणि
चि. बापुराव भडकमकर
यांस सप्रेम अर्पण

चार शब्द

'चांदण्यात' हा माझा दुसरा लघुनिबंध-संग्रह. या संग्रहातले सर्व निबंध मी १९३६-३७ साली लिहिले. त्यावेळी आम्ही सात स्नेह्यांनी 'ज्योत्स्ना' मासिक नुकतेच सुरू केले होते. 'ज्योत्स्ने'च्या प्रत्येक अंकात 'हिरवा चाफा' या चालू कादंबरीच्या प्रकरणाप्रमाणे माझी लघुकथा अथवा लघुनिबंध येईल, असे आम्ही जाहीर करून चुकलो होतो. त्यामुळे प्रत्येक अंकासाठी मला लघुकथा किंवा लघुनिबंध लिहावाच लागे. या संग्रहातले अनेक लघुनिबंध असे गरजेच्या पोटी जन्माला आले आहेत. मात्र एवढ्यावरून 'गरज ही कल्पकतेची आई आहे' हे सुभाषित कलेला लागू पडते अशी समजूत कुणी करून घेऊ नये. 'गरज ही कल्पकतेची आई आहे', असे म्हणणाऱ्या मनुष्याइतकाच 'गरजवंताला अक्कल नसते,' हे उद्‌गार काढणारा सद्‌गृहस्थही शहाणा होता!

'ज्योत्स्ने'साठी नियमितपणे लिहावे लागल्यामुळे मला हे निबंध सुचत गेले असे मुळीच नाही. साहित्याच्या क्षेत्रातही कच्चा माल पिकवणे आणि त्याच्यापासून पक्का माल तयार करणे असे दोन निरनिराळे कारखाने असतातच की! लघुनिबंधांच्या नवनवीन कल्पना सुचण्याचा आनंद 'ज्योत्स्ने'च्या जन्मापूर्वीच मी मनमुराद लुटला होता, पण त्या कल्पनांपैकी फारच थोड्या मी कागदावर उतरवल्या असतील! याचे कारण स्वभावत: मी आळशी आहे असे नाही, पण एखाद्या सुंदर कल्पनेचा पाठलाग करण्यात किंवा एखाद्या नव्या विचाराच्या चिंतनात गुंग होऊन जाण्यात लेखकाला जो आनंद लाभतो, तो त्या कल्पनांच्या अथवा विचारांच्या मूर्ती घडविताना अनुभवाला येणाऱ्या आनंदापेक्षा मला अधिक सरस आणि उत्कट वाटतो. या स्वभावविशेषामुळे- तो स्वभावदोषही असू शकेल- मी लेखनक्षेत्रात चिरप्रवासी झालो आहे. त्याच त्याच आवडत्या कल्पनांचे, भावनांचे अथवा वाङ्मय-गुणांचे कुटुंब करून त्यात वर्षानुवर्षे रमून जाणे मला काही केल्या जमत नाही. साहित्यिकांत सावकार आणि सट्टेबाज असे दोन वर्ग मानले तर माझी बहुधा दुसऱ्या वर्गात गणना होईल. नवीन लेखन करताना आपले भांडवल सुरक्षित रीतीने गुंतवून त्याचे निश्चित किती व्याज येईल हा हिशेब करण्याची प्रवृत्ती माझ्यामध्ये

फार कमी आहे. कोणत्या का कारणाने होईना माझ्या मनाला ज्यांचे आकर्षण वाटू लागते असे अपरिचित विषय, विचार, कल्पना आणि तंत्रे यांच्याकडे माझे मन फार लवकर ओढ घेते. त्यांचा व्यापार करण्याची इच्छा मनात नेहमी बळावते. या दृष्टीने चंचल मनाच्या उतावळ्या मुलाशीच माझ्यातल्या लेखकाचे अधिक साम्य आहे. असला मुलगा घरी असला की, शाळेची वेळ झाली म्हणून गडबड करू लागतो. शाळेत वर्ग सुरू झाले की, तो खिडकीतून बागेतल्या फुलांकडे पाहू लागतो. सुट्टीत तो बागेत जातो खरा! पण ते काही फुलांचे रंग जवळून न्याहाळण्याकरता अथवा त्यांच्या सुगंधाने आनंदित होण्याकरता नाही! तर फुलांवरून भुरूभुरू उडणारी फुलपाखरे पकडण्याकरता!

माझ्यातल्या या चंचल अवखळ मुलाला 'ज्योत्स्ने'मुळे थोडे नियमित काम करावे लागले आणि 'चांदण्यात' हे पुस्तक निर्माण झाले. नाहीतर त्यावेळच्या मला सुंदर वाटणाऱ्या इतर अनेक कल्पना जशा माझ्या मनातल्या मनात विरून गेल्या, तशीच 'तिसऱ्या वर्गाचा प्रवास', 'शिव्या', 'एक तप', 'संकेत', 'चांदण्यात', 'अर्पणपत्रिका', 'एक पैसा' वगैरे या संग्रहातल्या अनेक निबंधांची स्थिती झाली असती. 'ज्योत्स्ने'चा दर महिन्याचा तगादा मला तेव्हा मोठा तापदायक वाटे. आमचे कार्यकारी संपादक ढवळे हे पगाराच्या दिवशी गिरणीच्या दारात उभे राहणारे शुद्ध पठाण आहेत, असेच मी मनातल्या मनात म्हणत असे! पण आता राहून राहून वाटते, 'ज्योत्स्ना' हे मासिक नसून पाक्षिक अथवा साप्ताहिक असते तर किती बरे झाले असते! 'चांदण्यात'सारखा आणखी एखादा लघुनिबंध-संग्रह आपल्या हातून त्यावेळी सहजासहजी लिहून झाला असता.

होय. सहजासहजी असेच मी म्हणतो. असे म्हणताना माझ्या डोळ्यांसमोर त्यावेळच्या अनेक आठवणी उभ्या राहत आहेत. दिवसभर शाळेचे काम करून घरी परत आल्यानंतर माजघरातल्या कॅलेंडरवरल्या तारखेकडे माझे लक्ष जाई. बापाचे भूत दिसल्याबरोबर हॅम्लेटची काय स्थिती झाली असेल, याची त्या क्षणी मला चांगली कल्पना येत असे. ढवळ्यांनी लघुनिबंध पाठविण्याकरता नेमून दिलेली मुदत उद्या संपत आहे, हे लक्षात येताच शाळेचा शीण घालविणारा संध्याकाळचा चहा काही केल्या मला गोड लागत नसे. दारात सावकाराने धरणे धरल्यानंतर कर्जबाजारी कुळाने खिडकीतून पोबारा करण्याचा प्रयत्न करावा ना, तशी काहीतरी युक्ती माझे मन शोधू लागे. वाटे, प्रकृती बरी नाही, अशी ढवळ्यांना थाप मारावी. ती थाप खरी वाटावी म्हणून हवी तर एक तार ठोकावी नि या महिन्याच्या कटकटीतून मुक्त व्हावे! मी खरोखरच आजारी आहे की नाही हे पाहायला वामनराव थोडेच मुंबईहून शिरोड्याला येणार आहेत!

पण थाप मारण्याची ही लहर थोड्याच वेळात ओसरून जाई. घरासमोरच्या

टेकडीवर किंवा मैलभर दूर असलेल्या समुद्रतीरावर जाऊन मी बसलो की, माझे मन हा हा म्हणता प्रसन्न होई. मग ती स्वतःशीच म्हणे- दारात सावकार धरणे धरून बसला असला आणि घरात रोख पैसे नसले म्हणून काय झाले? दागिने तर आहेत ना घरात? ठीक आहे! त्यातला एखादा मोडून टाकू नि-

टेकडीवर, समुद्रतीरावर सकाळ-संध्याकाळ फिरायला जाता-येताना, मध्यरात्री अचानक जाग आली असताना किंबहुना शाळेच्या मधल्या सुट्टीत आरामखुर्चीत पडून विश्रांती घेत असतानासुद्धा अनेक नवनव्या कल्पनांशी मी स्वच्छंदाने खेळत असे. तेच हे माझे दागिने! या दागिन्यांतला कुठला मोडायचा, हे रात्री अंथरुणाला पाठ लागेपर्यंत माझे मलाच नक्की ठरविता येत नसे. ती निवड करायचे काम मी खुशाल झोपेवर सोपवून द्यायचो! सकाळी सहा-सातला उठून, चहा घेऊन, बाहेरच्या खोलीतल्या बैठ्या मेजाखाली मांडी दुमडून मी बसलो की, माझा लघुनिबंध सुरू होई. नवाला दुसरा चहा येईपर्यंत बहुधा तो लिहून पूर्ण झालेला असे!

माझ्या लघुनिबंधांतल्या दोषांवर पांघरूण घालण्याकरता त्यांच्या लेखनाचा हा इतिहास मी दिलेला नाही. कुठल्याही कलाकृतीचे परीक्षण करताना तिला सर्वस्पर्शी सौंदर्यमूल्याची कसोटी लावणे हेच टीकाकाराचे काम आहे. ती कलाकृती कोणत्या परिस्थितीत निर्माण झाली हे पाहण्याची त्याला जरुरी नाही. सराफाने सोन्याचा कस पाहायचा असतो; त्यात हीण कुठून आले याच्याशी त्याला काय कर्तव्य आहे? म्हणूनच चांदण्यातल्या लघुनिबंधांची जी जन्मकथा मी वर दिली आहे, ती न्यायनिष्ठुर परीक्षकांकडे सहानुभूतीची याचना करण्याकरता नाही तर या निबंधांत जे गुणदोष आहेत, त्यात माझ्या त्या कालच्या वाङ्मयीन व्यक्तित्वाचे बरेवाईट, पण स्वाभाविक प्रतिबिंब पडले आहे, एवढे नम्रतेने त्यांच्या नजरेला आणण्याकरता. हे व्यक्तित्व घासूनपुसून किंवा नटून सजवून प्रगट करावे, अशी इच्छा माझ्या मनात कधीच उद्भवत नसे, असा मात्र याचा अर्थ नाही. पण हा सारा थाटमाट करायला मला कधी सवडच मिळाली नाही. 'हेतुपुरस्सर केलेला कलाविलास' असे माझ्या लेखनाचे नुकतेच कुणीतरी केलेले वर्णन मी वाचले. यापलीकडे जाऊन माझ्या वाङ्मयावर कृत्रिमपणाचा शिक्का-छाप मारणारे पंडितही मी पाहिले आहेत. परंपरागत वाङ्मयनिकष किंवा संकुचित आत्मनिष्ठेतून उत्पन्न होणाऱ्या पूर्वग्रहांचे चश्मे यांपलीकडे ही पंडित मंडळी परीक्षण करताना सहसा पाऊल टाकीत नाहीत. एका लेखकाच्या लिखाणात कृत्रिम वाटणारी एखादी गोष्ट दुसऱ्या लेखकाच्या लेखनात अकृत्रिम रीतीने येऊ शकते, एवढे जरी मी वर दिलेल्या हकिकतीवरून त्यांच्या ध्यानात आले तरी माझे हे चार शब्द सार्थकी लागले असे मी म्हणेन.

मात्र आज-कालचे सारेच वाङ्मयपरीक्षक या चाकोरीतून जाणारे, परंपरागत मतांचा अवास्तव उदो उदो करणारे अथवा लेखकाचे गुणदोष त्याच्या व्यक्तित्वातून

निर्माण होत असल्यामुळे व्यक्तिमनाची मीमांसा केली, तरच लेखकाला पूर्ण न्याय देता येणे शक्य आहे, या टीकाशास्त्राच्या मूलतत्त्वाकडे दुर्लक्ष करणारे असतात असे नाही. प्रा. वा. ल. कुलकर्णी हे एक असेच सन्मान्य अपवाद असलेले तरुण टीकाकार आहेत. ते जसे रसिक व बहुश्रुत, तसेच समतोल आणि चिकित्सकही आहेत. 'चांदण्यात' या संग्रहाची चिकित्सा करताना ते म्हणतात :

'खांडेकरांच्या लघुनिबंधांचे स्वरूप काहीसे कठीण पृष्ठभागावर उच्छृंखलपणे उड्या मारीत जाणाऱ्या रबरी चेंडूसारखे आहे. पहिला टप बसताच चेंडू हवेत उड्डाण मारतो व काही वेळ तसाच हवेत राहून खाली येतो. तो कशासाठी? तर परत तितक्याच आवेशाने वर जाण्यासाठी. अंगात जोम आहे तोपर्यंत तो असाच उड्या मारीत राहील व केवळ जोम संपला म्हणूनच जमिनीवरून थोडा-फार सरपटेल. प्रत्येक टप्प्यागणिक तो जमिनीला शिवेल. तेवढाच त्याचा आणि भूमीचा संबंध. त्याचा अवतार खरोखर अंतराळात संचारण्यासाठीच! परंतु केवळ नाइलाज म्हणूनच हे भूमीशी अधूनमधून संमीलन. खांडेकरांच्या लघुनिबंधांतील उपमा-उत्प्रेक्षांची एक एक चढती कमान पाहिली म्हणजे वाचक तिची दोन्ही टोके विसरूनच जातो व केवळ तिच्या बाकदार मनोहर आकृतीकडेच क्षणभर स्तिमित नेत्रांनी पाहत राहतो. त्यांच्या कल्पनाशक्तीचा जोसाट वारा वाहू लागला की, विवेचित सिद्धान्ताची बीजे चुकून कोठल्या कोठे उडवून देण्याची शक्ती त्यात असते.

'एखादे लहान मूल एखाद्या सुंदर बगिच्यात सोडावे, या ताटव्यावरून त्या ताटव्याकडे त्याने हर्षभरित अंत:करणाने बागडत बागडत हिंडावे, फुलांचे नयनमनोहर रंग, फुलपाखरांच्या रंगेल भराऱ्या, थुईथुई करीत बागडणारे कारंज्याचे तुषार, गोड लुसलुशीत हिरवळ या सगळ्यांनी त्याला भुरळ पाडावी आणि भटकत भटकत त्याने आपल्या निवासस्थानापासून लांबवर जावे. मग चुकून मागे वळून पाहताच त्याला आपण जेथून निघालो ते ठिकाण दिसण्याऐवजी जर जिकडेतिकडे फुले, पाने आणि फुलपाखरेच दिसली तर त्यात काय नवल?

'लघुनिबंध लिहिताना खांडेकरांची स्थिती अशीच होते व त्यांचे लघुनिबंध वाचताना वाचकांचीही स्थिती तीच होते. अगोदरच त्यांना कल्पनाविलासाची हौस; त्यात लघुनिबंधासारखा लवचीक वाङ्मयप्रकार हाताळायला मिळालेला. मग काय विचारता? कल्पनांच्या कोलांटउड्या खात खात त्यांची लेखणी इकडून तिकडे बागडू लागली की तिला भुई थोडी होते. या कोलांटउड्यांत मधूनच सुविचारांचे धक्के वाचकांना बसतात. ममतेचा ओलावा त्यांच्या अंगात लागतो. परंतु हे सर्व कसे होते तर तुटकपणे. विषयांतर होते ते इतके की, मूळ पदावर कथा यायला शेवटी बरीच ओढाताण- लेखकाला व म्हणूनच वाचकांना- करावी लागते मग मी असे म्हणतो की, कथा मूळ पदावर आणण्याची जरुरी काय? लघुनिबंध हा एखाद्या

झऱ्यासारखा असावा. एखाद्या खडकातून तो अचानकपणे उगम पावतो, वाट फुटेल तसा तो धावत जातो, मार्गात एखादी नदी किंवा मोठा ओहोळ भेटला तर त्यांना तो मिळतो किंवा पाणी आटल्यामुळे अधेमधेच जिरून जातो, असेच का नसावे?

'म्हणून खांडेकरांबरोबर 'चांदण्यात' वावरताना मला जेवढी मौज वाटते तेवढेच थोडेसे चमत्कारिकही वाटते. आपण नक्की कोठे चाललो आहोत याची मला धड कल्पनाही येत नाही आणि या गोष्टीचा विसर पडण्याइतके माझे मन प्रवाहाबरोबर वाहतही जात नाही. कल्पना आणि विचारशक्तीचा (उच्छृंखल) विलास, असेच मी खांडेकरांच्या लघुनिबंधाचे वर्णन करतो.'

प्रा. कुलकर्णी यांचे हे विवेचन अत्यंत सहानुभूतीपूर्ण आहे. त्याविषयी मला काही म्हणायचे नाही. त्यांच्या जागी मी असतो तर या एका पानात खांडेकरांना चार-दोन चिमटे घेतल्याशिवाय- निदान जाता जाता एखादा ओचकारा काढल्याशिवाय माझे मुळीच समाधान झाले नसते!

पण या विवेचनाच्या ओघात कुलकर्णी यांनी लघुनिबंधाच्या स्वरूपाविषयी जो एक महत्त्वाचा मुद्दा उपस्थित केला आहे त्याची रसिकांकडून चर्चा होणे इष्ट आहे, असे मला वाटते. ते म्हणतात, 'मी असे म्हणतो की, लघुनिबंधात कथा मूळ पदावर आणण्याची तरी जरुरी काय? लघुनिबंध हा एखाद्या झऱ्यासारखा असावा. एखाद्या खडकातून तो अचानकपणे उगम पावतो, वाट फुटेल तसा तो धावत जातो, मार्गात एखादी नदी किंवा ओहोळ भेटला तर त्यांना तो मिळतो किंवा पाणी आटल्यामुळे तो अधेमधेच जिरून जातो, असेच का नसावे?'

काही काही लघुनिबंधांचे शेवट फार कृत्रिम असतात आणि अनेकदा त्यातून लेखकाने सूचित केलेले तत्त्वज्ञान मोहरममधल्या वाघाच्या शेपटासारखे चिकटविलेले वाटते, हे काही खोटे नाही. फडके यांच्यासारखा रसाळ गुजगोष्टी लिहिणारा लेखकसुद्धा लघुनिबंधाचा एक ठरावीक साचा असला पाहिजे, या कल्पनेला जिथे बळी पडतो तिथे 'लघुनिबंध स्वभावत: स्वैर आहे. त्याच्या प्रकृतिधर्माप्रमाणेच त्याचा विकास व्हावा. विषयसूत्र मूळ पदावर आले नाही म्हणून त्याचे सौंदर्य थोडेच कमी होणार आहे?' असे उद्गार प्रा. कुलकर्णी यांनी काढावे यात नवल नाही. उदाहरणार्थ, फडक्यांची 'सहल' ही गोड गुजगोष्ट घेऊ. निरनिराळ्या वेळी आणि निरनिराळ्या स्थळी मनसोक्त भटकून लेखकाने जे आनंदभांडार संपादन केले आहे, ते तो मोकळ्या मुठींनी वाचकांवर उधळत आहे, असेच या निबंधाच्या पहिल्या वाक्यापासून वाचकाला वाटत राहते. फिरायला जाणे ही सुद्धा वीणावादनाइतकीच एक मोहक कला आहे. आपल्याला मात्र हे आतापर्यंत ठाऊक नव्हते, अशी या निबंधाचा मध्यभाग वाचताना त्याची खात्री होऊन चुकते. सहलीसारख्या प्रत्येकाला

सुलभ असणाऱ्या साध्या गोष्टींत किती सौंदर्य भरलेले असते, हे जणूकाही त्या सौंदर्यावरचा पडदा दूर करून लेखक आपल्याला दाखवीत आहे, असा हा निबंध संपत आला म्हणजे वाचकाला भास होतो. पण निबंधाचा शेवटचा परिच्छेद सुरू होताच आतापर्यंत स्वैर कवी असलेला लेखक झटपट तत्त्वज्ञानी बनतो आणि 'आपली ही इहलोकातील यात्रा म्हणजेदेखील एक सहलच होय, असे माणसाने मानावे म्हणजे तो सुखी राहील,' असा त्यांना उपदेश करू लागतो. हळदीकुंकवाकरता हरतऱ्हेची आकर्षक वेषभूषा करून जमलेल्या तरुणींची गावाला गेलेल्या नवऱ्यावरून किंवा त्यांना लागलेल्या डोहाळ्यांवरून गोड थट्टा करता करता यजमानीणबाईने त्यांना खादी वापरण्याचा उपदेश करायला सुरुवात करावी ना? तसे काहीतरी हे वाटते यात संशय नाही. 'लघुनिबंधाचा शेवट त्याच्या आरंभाशी जुळता असलाच पाहिजे हा हट्ट का?' असे कुलकर्णी विचारतात. याचे कारण त्यांना आम्हा सर्वांच्या निबंधांत दिसून येणारी असली कृत्रिम रचना हेच असले पाहिजे.

या कृत्रिमतेचे मूळ लघुनिबंधाचे प्रवर्तक फडके यांच्या या वाङ्मय-प्रकाराविषयीच्या एकांगी कल्पनेतच आहे असे म्हणता येईल. 'गुजगोष्टी'च्या प्रस्तावनेत ते म्हणतात, ''चमत्कृती हा गुजगोष्टींचा आत्मा होय. ही चमत्कृती विषयाच्या निवडीत असावी किंवा त्यात नसेल तर गोष्टीच्या ओघात आणावी. म्हणजे असे की, साध्यासुध्या गोष्टीविषयी बोलता बोलता त्यात अचानक एखाद्या मोठ्या तत्त्वावर प्रकाश पाडल्यासारखे करावे. या संग्रहातील शेवटच्या 'सहल' या गुजगोष्टीची अखेर मी याच धोरणाने केली आहे.'' 'अचानक', 'मोठे तत्त्व' आणि 'प्रकाश पाडणे' या तिन्ही गोष्टी लघुनिबंधाच्या सहजतेशी किती विसंगत आहेत! जाता जाता कुठल्याही तत्त्वावर सहज प्रकाश पडला तरच त्याने लघुनिबंधाची खुमारी वाढू शकेल.

फडके यांची चमत्कृतीची कल्पनाही अशीच सदोष आहे. चमत्कृतिजनक विषयांच्या दृष्टीने त्यांनी 'पाऊस' व 'जुनी पुस्तके' या आपल्या गुजगोष्टींचा मुद्दाम उल्लेख केला आहे, पण त्यांची 'पाऊस' ही गुजगोष्ट सरस आहे, हे मान्य करूनही तिच्यात वाचकांना अपरिचित अशा सौंदर्याचे लेखकाने दर्शन करून दिले आहे, असे म्हणता येईल काय? पर्जन्याच्या उच्छृंखल विलासातले सौंदर्य सर्वसामान्य मनुष्याला बोलून दाखविता येत नसेल, पण जगाच्या आरंभापासून ते त्याला जाणवत आले आहे. शिवाय विषय जितका क्षुद्र तितका त्याच्यावर आधारलेला लघुनिबंध श्रेष्ठ, ही कल्पनाच मुळी चुकीची आहे. लहान लहान दृश्यांशी अथवा अनुभवांशी समरस होऊन लघुनिबंधकाराची प्रतिभा क्रीडा करू शकते हे खरे! पण त्याच्या या प्रतिभाविलासात जो रंग भरतो तो त्याच्या स्वच्छंदाने फुलणाऱ्या व्यक्तित्वाचा असतो. 'छत्री', 'चावी', 'सिगारेट' किंवा 'फुकट आईसक्रीम' या विषयांवर जसा लघुनिबंध लिहिता येतो, तसे 'श्रावण', 'मध्यरात्र', 'ताजमहाल'

किंवा 'हिमालय', हेही त्याचे विषय होऊ शकतात. लघुनिबंधाला रमणीयता येते ती क्षुल्लक अथवा उपेक्षित विषयांच्या निवडीने, कृत्रिम तत्त्वज्ञानाच्या प्रदर्शनाने किंवा भाषेच्या आतषबाजीने नाही. विषय कोणताही असो, लेखक 'पहा उघडिले हृदयाला' असे म्हणून आपणाला बोलावीत आहे, असे वाचणाऱ्याला वाटायला लागले की, लघुनिबंधाची भट्टी मनासारखी साधली, असे खुशाल मानावे.

लघुनिबंधकार हा कवी असायला हवा, विनोदी लेखक असायला हवा आणि तत्त्वचिंतकही असायला हवा; पण यातला कोणताही विशेष त्याने केवळ शोभेसाठी किंवा प्रदर्शनासाठी वापरता कामा नये. 'गुजगोष्टीच्या शेवटी अचानक एखाद्या तत्त्वावर प्रकाश पाडल्यासारखे करावे,' हे फडके यांचे म्हणणे याच कारणामुळे रसभंगकारक ठरते. लघुनिबंधकाराने असलेच काय, पण दुसरे कुठलेही नाटक करू नये. कुठलेही सोंग- मग ते पंडिताचे असो, तत्त्वज्ञाचे असो वा दुसरे कुठलेही असो- त्याने सजवून दाखवू नये. तो जसा आहे तसाच वाचकांना दिसला, त्याच्या बोलण्याचालण्यांत बालकाची सरलता आहे, अशी त्याची खात्री झाली म्हणजे त्यांचे त्याच्यावर आपोआप प्रेम जडते.

रिचर्ड किंग किंवा काणेकर यांच्यासारखे काही लघुनिबंधकार विचारप्रवर्तनाच्या भूमिकेवरूनच लिहीत असतात. तत्त्वदर्शन हाच त्यांच्या निबंधांचा आत्मा असल्यामुळे त्यांचे तात्त्विक शेवट ओढूनताणून आणले आहेत, असे सहसा वाटत नाही. मात्र लघुनिबंधाचा शेवट स्वाभाविक असला पाहिजे, निबंधाचा जो मुख्य रस असेल त्याच्याशी तो सहज मिसळून गेला पाहिजे; किंबहुना वेलीवर जशी कळी उमलते, तसा तो प्रकट व्हावा, हे म्हणणे निराळे आणि एखादा झरा जसा मधेच वाळवंटात आटून जातो तसा लघुनिबंध मूळ पदावर न येता संपला तरी चालेल, असे म्हणणे निराळे!

आकाशात स्वच्छंदाने भ्रमण करणाऱ्या पाखराला घरटे नसले तर त्याची काय अवस्था होईल? कळस नसलेले देऊळ कसे दिसेल, हे किंवा असले प्रश्न प्रा. कुलकर्णी यांना विचारण्यापेक्षा मी वाङ्मयातलेच एक उदाहरण त्यांच्यापुढे ठेवतो. सुनीत चौदा ओळींचे असते. त्यातल्या एका प्रकारात शेवटच्या दोन चरणांत मध्यवर्ती कल्पनेला कलाटणी दिलेली असते. सुनीताचे हे शेवटचे दोन चरण गाळून टाकले तर त्याचे वैशिष्ट्य कायम राहील का? लघुनिबंधाचेही तसेच आहे. गाण्यात समेवर येण्यात जे कौशल्य असते तेच लघुकथा किंवा लघुनिबंध यांचा परिणामकारक शेवट साधणाऱ्या लेखकाच्या अंगी असायला हवे. लघुनिबंध म्हणजे नुसते स्वैर आत्मदर्शन नव्हे. त्या स्वैरतेचे नियमन करणारे विचाराचे अथवा भावनेचे सूत्र त्यात असायलाच हवे! हार तयार करताना आपण हरतऱ्हेची फुले त्यात गुंफतो. लघुनिबंधही असाच फुलत जातो. पण त्या पुष्पहाराच्या दोन्ही

टोकांची शेवटी आपण गाठ मारतोच ना? लघुनिबंधाचा आरंभ आणि शेवट यात अशी सुसूत्रता असणे हे प्रमाणबद्धतेच्याच नव्हे तर परिणामकारकतेच्या दृष्टीनेही आवश्यक आहे. फडके यांची 'हरवली, म्हणून सापडली' ही गुजगोष्ट या दृष्टीने नमुनेदार ठरेल!

लांबची उदाहरणे कशाला हवीत? 'तिसऱ्या वर्गाचा प्रवास', 'संकेत', 'एक तप', 'अर्पणपत्रिका', इत्यादी या संग्रहातल्या लघुनिबंधांचे शेवट गाळून टाकल्याने त्यांची गोडी वाढेल की कमी होईल, हे तुमचे तुम्हीच ठरवू शकाल.

कोल्हापूर   **वि. स. खांडेकर**
२३-४-४७

अनुक्रम

ल्यूकासचा लहानसा लेख आहे तो. एका क्लबातले एक म्हातारेसे गृहस्थ काही दिवस गैरहजर होते. स्वारी कुठे गडप झाली होती हे कुणालाही ठाऊक नव्हते. बऱ्याच दिवसांनी त्यांचे दर्शन होताच कुणीतरी कुतूहलाने विचारले,

"आजारी बिजारी होता की काय?"

आयुष्याच्या उतरणीला लागलेल्या मनुष्याला दुसरा काय प्रश्न विचारायचा? पण सदरहू गृहस्थांचा आजाराशी छत्तीसाचा आकडा होता अगदी. त्यांनी ऐटीत उत्तर दिले,

"प्रवासाला गेलो होतो."

आश्चर्यचकित प्रेक्षकांपैकी एक प्रसंगावधान राखून म्हणाला,

"आगगाडीनंच गेला होता ना?"

"छे! मोटारीनं."

दुसरे आश्चर्य! म्हातारेबुवा मजेखातर मोटारीने प्रवास करतात!

या धक्क्यानेही चित्ताची शांती ढळू न देणारा श्रोता तिथे होताच. त्याने पृच्छा केली,

"एकटेच गेला होता?"

"छे, छे! मातोश्री होत्या ना बरोबर!"

या वेळी जगातली सारी आश्चर्ये श्रोत्यांच्या चेहऱ्यांवर गोळा झाली असली तर त्यात नवल कसले? सदरहू बुद्धेबुवांच्या मातुश्री जिवंत असून, त्या मोटारीतून हौसेने प्रवास करतात! ताजमहाल, पिरॅमिड सर्व काही रद्द आहे यापुढे.

बावरलेल्या तरुण श्रोत्यांना पुढे काय बोलायचे हे कळेना, पण त्या गृहस्थांच्या वयाचेच दुसरे गृहस्थ पुढे सरसावले व म्हणाले,

"तुमच्या आईचं वय काय आहे?"

"...एक्याण्णव."

विजयानंदाने दुसरा गृहस्थ उद्गारला,

"माझ्या आईचं ब्याण्णव आहे."

झाले.

शर्यत चालू झाली. दोघांनी एकमेकांची कसून उलटतपासणी केली अगदी! लष्करात दाखल होताना तरण्याबांड शिपायांच्या प्रकृतीचीसुद्धा जेवढी सूक्ष्म चौकशी होत नसेल, तेवढी

नव्वदावर पावसाळे पाहिलेल्या या म्हाताऱ्या आयांच्या प्रकृतींची झाली. एकीला चांगले चालता येत होते, पण चाळिशीशिवाय वाचता येत नव्हते. दुसरी बिनचाळिशीने सुईत दोरा ओवू शके, पण तिच्या कर्नाटक प्रांतात दुष्काळ पडला होता. दोघांनी एकमेकांच्या आयांची वैगुण्ये अगदी कसोशीने काढली, पण वादाचा काही निकाल लागेना. दोन्ही पारडी समसमान दिसू लागली. शेवटी आपल्या बाजूचे वजन वाढावे म्हणून दुसऱ्या गृहस्थांनी सांगितले,

"स्वतःच्या अडतीस नातवंडांच्या अभ्यासाची खडान् खडा माहिती आहे माझ्या आईला!"

"किती नातवंडं म्हटलीत?" पहिल्या गृहस्थाने प्रश्न केला.

"अडतीस."

पहिल्या गृहस्थाने शांतपणे उत्तर दिले.

"माझ्या आईला बावन्न नातवंडे आहेत."

प्रत्येक आईसाठी औषधांचा खर्च यापुढे किती होणार आहे, या गोष्टीखेरीज हा वाद पुढे चालवायला जागाच नव्हती. या दोन्ही गृहस्थांनी आपल्या आयांची कुस्ती लावून या वादाचा निकाल करून घ्यायला हवा होता, असे कदाचित कित्येकांचे मत पडले! पण एकीला काठीवाचून चालता येत नसल्यामुळे व दुसरीला कमी दिसत असल्यामुळे या कुस्तीला कोणते स्वरूप आले असते, हे सांगणे कठीण आहे.

ल्यूकासने वर्णन केलेली ही आयांची लढत वाचताना मला हसू आल्यावाचून राहिले नाही. 'एकच प्याला'त डॉक्टरवर मात करण्याकरता वैद्यराज जेव्हा 'तीन दिवसांत रोग्याचा मुडदा पाडतो' अशी गर्जना करतात, तेव्हा कुणाचा तरी चेहरा निर्विकार राहणे शक्य आहे काय? मात्र, असल्या भूमिका केवळ हसवण्याकरता लेखक निर्माण करतात, असे थोडेच आहे? स्वतःविषयी अंधळा अभिमान बाळगणारी मानवी मनोवृत्तीच पदोपदी या विनोदी पडद्याआडून डोकावून पाहत नाही काय?

ल्यूकासच्या लेखातील भांडकुदळ वृद्ध मातृभक्त आहेत, पण मातृभक्तीप्रमाणे अपत्यवात्सल्यही अशा प्रकारच्या भांडणांना स्फूर्ती देऊ शकते, याचा परवाच मला अनुभव आला. शेजारधर्म पाळण्याकरताच की काय, माझ्या माहितीच्या दोन शेजारणी जवळजवळ एकाच वेळी बाळंत झाल्या. एकीचा मुलगा अगदी हडकुळा होता. नुसते पडवळ! दुसरीचा मुलगा अगदी भोपळ्यासारखा गरगरीत होता चांगला! माझ्यासारख्या त्रयस्थाला एकाचा लुकडेपणा व दुसऱ्याचा लठ्ठपणा पाहून हसू येई, पण त्या दोन्ही आया आपापल्या मुलांच्या शरीरसौष्ठवाची वकिली

करताना आधी रडकुंडीला व मग वर्दळीवर येत. हडकुळ्या मुलाची आई गांधींसारख्या लोकांचे दाखले देऊन हडकुळी माणसेच मोठी होतात, असे सिद्ध करण्याचा प्रयत्न करी. दुसऱ्या मातृश्रींना भीम, हनुमंतादी देवतांचा आधार मिळण्यासारखा होता. पण त्या कुठल्या तरी पुस्तकात वाचलेले मुलांच्या वजनाचे कोष्टक पाठ म्हणूनच संतुष्ट होत. या वादाने त्या दोन आयांना व्यायाम आणि शेजाऱ्यापाजाऱ्यांची भरपूर करमणूक होई. मात्र या सामन्याचा शेवट कसा होणार हे कल्पक लेखकालासुद्धा सांगता आले नसते! पण म्हणतात ना? देवाची करणी आणि नारळात पाणी! दीड वर्ष झाले असेल नसेल, तोच दोन्ही माता पुन्हा प्रसूत झाल्या. लठ्ठपणाची तरफदारी करणाऱ्या बाईला या वेळी हडकुळे मूल झाले. अर्थात, तिचे मत क्षणार्धात बदलले हे सांगायलाच नको.

रुक्मिणी, सत्यभामा यांचे घरगुती भांडण असो अगर वसिष्ठ-विश्वामित्रांचा दरबारी कलह असो, त्याची मुळे मनुष्याच्या अंध आत्मनिष्ठेत असतात असेच दिसून येईल. पारिजाताचे झाड सत्यभामेच्या अंगणात लावून त्याची फुले रुक्मिणीच्या दारात पडतील, अशी युक्ती कृष्णाने केली असेल! पण ती त्याच्यावर उलटविण्याकरता भल्या पहाटे उठून सत्यभामेने रुक्मिणीच्या अंगणातली सर्व फुले वेचून आणली असती म्हणजे काम झाले नसते का? हो, पण त्यामुळे तिच्या भांडखोर अहंकाराचे समाधान कसे झाले असते? वसिष्ठ-विश्वामित्रांचे भांडण तर केवळ एका शब्दाकरिता झाले. वसिष्ठ विश्वामित्राला ब्रह्मर्षी म्हणायला तयार होईनात. बिचाऱ्याला विसाव्या शतकात सर्व प्रकारचे ऋषी किती स्वस्त होणार आहेत याची कल्पना नसावी! नाहीतर एका शब्दासाठी कुटुंब व कामधेनू यांच्यावर पाणी सोडायला तो तयार झाला नसता! बाकी तसे घडले असते तरी हे भांडण दुसऱ्या एखाद्या शब्दाच्या पायी रंगले असते, यात संशय नाही.

भांडणाचे भविष्य कुणालाच वर्तविता येत नाही. परवाचा मोटारीतला माझाच अनुभव पाहा ना. माझ्या उजव्या बाजूचे गृहस्थ कोकणातले होते. डावीकडल्यांचा उभा जन्म घाटावर गेला होता. नाइलाजाने काही कामाकरता ते कोकणात येत होते. बेळगाव सुटताच त्यांनी कोकणनिंदेला प्रारंभ केला.

"छे बुवा! काय भयंकर झाडी असते म्हणे कोकणात! अन् साप तर पावलोपावली पायाखाली येतात! त्यात भुतांची भर! माणसं म्हणजे काय, माणसंच! पंचे नेसून नाकात बोलत राहतात एकसारखी!"

डाव्या बाजूचा मारुती असा जागृत झाल्यावर उजवीकडला वेताळ थोडाच स्वस्थ बसतो! तो पडला कोकणाचा कट्टा अभिमानी! तो ओरडला,

''ठाऊक आहे तुमचा देश! जिकडेतिकडे बोडके डोंगर बघावेत नुसते! आणि धूळ? पाव्हण्याला दुसरं काय खायला घालणार तुम्ही चिक्कू लोक? प्रेताची कळा आलेली ती तुमची खेड्यातली घरे! कधी अंघोळ करतात का तिथली माणसं!''

दोन्ही तोफखाने एकदम सुरू झाले. मधे बसलेला मी मात्र मनातल्या मनात हसू लागलो. कोकण व देश यांच्यातली सामान्य मनुष्याला दिसणारी विविध सौंदर्ये आलटून पालटून माझ्या डोळ्यांपुढे नाचू लागली. नारळीपोफळींच्या रानात रमताना जी गंमत वाटते, तीच पुरुषभर उंचीच्या जोंधळ्यातून सळसळत जाताना अगर उसाच्या मळ्यातून पाठशिवणीचा खेळ खेळताना आपल्या अनुभवाला येत नाही का? रातंब्याचे पन्हे पिताना काय अगर गुऱ्हाळावर जाऊन काकवी चाखताना काय, जिभेला सारखेच पाणी सुटते. पिवळ्याजर्द बोंडूंनी भरलेले काजूचे झाड पिकलेल्या पेरूंनी शोभणाऱ्या झाडांपेक्षा कमी सुंदर दिसते, असे कोण म्हणेल? वादळी समुद्र आणि महापूर आलेली नदी ही दोन्ही निसर्गाच्या भव्य, पण सुंदर स्वरूपाची सारखीच जाणीव करून देतात. डोंगरावरल्या जाळ्यांतून करवंदे शोधून आणणे आणि भुईमुगाच्या शेतात जाऊन ओल्या शेंगा काढणे यात अधिक मौज कशात आहे, हे सांगता येणेच शक्य नाही. किर्र रानातून अपरात्री गाडी हाकीत असताना घाटावरला गाडीवान जे गाणे गात असतो, त्याची मोहिनी रापण घालण्याकरिता होडीत बसून गेलेल्या कोळ्यांच्या तोंडचे गाणे ज्याने ऐकले असेल त्यालाच बरोबर कळू शकेल. घाटावरचा शेतकरी वाटसरूला मोठ्या प्रेमाने ओला हरभरा देतो तर कोकणातला त्याचा भाऊ माडावरचे अडसर काढून त्याचे आदरातिथ्य करतो.

माझ्या मनात चाललेल्या या सुंदर तुलनेचा त्या वादविवादपटूंना पत्ताही नव्हता. ते सारखे भांडतच राहिले. एका दृष्टीने ते बरोबरच होते म्हणा! मनुष्यस्वभावाला औषध कुठे मिळणार? राष्ट्रसंघाच्या सभासदांपासून नळावर भांडणाऱ्या बायकांपर्यंत सारी माणसे म्हणजे एका माळेचे मणी!

परवा इंग्लंडमध्ये गेलेला हिंदी क्रिकेट संघ तिथे खेळण्याकरता गेला होता की भांडण्याकरिता गेला होता, हे कोडे माझ्याप्रमाणेच अनेकांना अद्यापि उलगडले नसेल. शाकाहारी माणसाचा मांसाहारी मनुष्याशी वाद जुंपला म्हणजे मला नेहमी भीती वाटू लागते. वादाच्या भरात दातओठ खाऊन तो आपल्या तत्त्वाचा सूक्ष्म दृष्टीने भंग करतो, ही गोष्ट सोडून द्या; पण पुढे पुढे तो इतका बेफाम होतो की, मांसाहाराचा तिटकारा असूनही भीमाप्रमाणे तो आपल्या प्रतिस्पर्ध्याच्या नरडीचा घोट घेईल की काय असे वाटू लागते!

यामुळे कुठलाही वाद सुरू झाला म्हणजे तो केवळ तत्त्वबोधाकरता लढवू पाहणाऱ्या माणसांचे मला मनातल्या मनात हसू येते. त्यांना हसण्याचा मला काय अधिकार आहे हे मात्र कुणी विचारू नये. लहानपणी शाळेला जाणाऱ्या दोन रस्त्यांपैकी जवळचा कोणता, याविषयी एका बालमित्राशी वाद करून मी त्याच्याशी तीन वर्षे अबोला धरला होता. रस्त्यांची लांबी कशी मोजायची हा प्रश्न त्यावेळी पुढे आला नाही म्हणून ठीक झाले. नाहीतर कोष्टकाचे पुस्तक उघडून पाहण्याचा भयंकर प्रसंग ओढवला असता माझ्यावर! कॉलेजात असताना तर मध्यरात्रीपर्यंत आम्ही तेल जाळले नाही असा दिवस एखादाच असेल. आज काय, टिळक श्रेष्ठ की गोखले श्रेष्ठ? उद्या काय, कोल्हटकर-खाडिलकरांपैकी अधिक चांगला लेखक कोण? परवा, प्रोफेसरांपैकी सर्वांत वाईट कोण शिकवतो? तर तेरवा, विद्यार्थिनींपैकी कोण बरी आहे? (मराठी भाषा विविध अर्थ चांगल्या तऱ्हेने प्रकट करू शकत नाही, असे म्हणणारांना काय म्हणायचे?) एक ना दोन. वादाला विषय नाही असा दिवस गेला नाही. त्या वादविवादांच्या वेळी अगदी शिरा ताणताणून भांडत असे मी! आता वीस वर्षांपूर्वी मी आपल्या बाजूने मांडलेली प्रमाणे आठवली की, मला लाजेने मान खाली घालावीशी वाटते. टिळक आणि गोखले— दोघेही अफाट समुद्र. आमच्या कागदी होड्यांनी त्यांचा विस्तार मोजायला आम्ही निघालो होतो! कोल्हटकर आणि खाडिलकर! महाराष्ट्रशारदेच्या उद्यानातले कल्पवृक्ष! त्यांच्या साली काढून त्यावरून आम्ही त्यांच्या फळांची गोडी अजमावीत होतो. खरेच, गतायुष्यातल्या साऱ्या वादविवादांकडे आणि भांडणांकडे पाहिले म्हणजे डार्विनचा मनुष्याविषयीचा सिद्धान्त खोटा वाटू लागतो. वानरापेक्षा मांजरच मनुष्यजातीचे पूर्वज अधिक शोभेल यात शंका नाही.

मनुष्य जोपर्यंत जगाच्या रंगापेक्षा स्वत:च्या रंगाने रंगत आहे तोपर्यंत जगात भांडणेही रंगत राहणार! मी काल बायकोशी का भांडलो, हे आता मला सांगता येत नाही, पण भांडलो - अगदी खूप भांडलो - हे मात्र खरे. शिवाय माणसाने उगीच भांडू नये म्हणून ल्यूकासच्या लेखातील त्या दोन वृद्ध सुपुत्रांना हसण्यात काय अर्थ आहे? 'कलेकरता कला' या तत्त्वाचा जर काही कलावंत पुरस्कार करतात तर 'भांडणाकरता भांडण' या तत्त्वाने तरी खाली मान का घालावी? त्याला तर बहुजनसमाजाकडून नेहमीच जोराचा पाठिंबा मिळतो!

★

पुनर्जन्म

वर्तमानपत्र म्हटले म्हणजे जगातल्या साऱ्या अद्‌भुत बातम्यांचे प्रसूतिगृह! दररोज थोडी थोडी अफू खाणाराला जसे कुठलेही विष बाधत नाही, त्याप्रमाणे दैनिकाच्या भक्ताला कुठलीही बातमी भिववू शकत नाही. एका बाईला बोकड झाल्याची बातमी आज वाचल्यावर उद्या दुसऱ्या बाईला माकड झाल्याची बातमी वाचून आश्चर्य वाटणार तरी कसे? मनुष्यजन्माच्या बाबतीत वृत्तपत्रांनी आतापर्यंत इतकी विविधता दाखविली आहे की, उद्या आभाळातून हजार-पाचशे मुले पृथ्वीवर पडल्याची (त्यांच्या नखालाही धक्का न लागता!) बातमी छापून आली तर या चमत्काराचे श्रेय मुद्राराक्षसाऐवजी मी देवालाच देईन. आता संततिनियमनाचे पुरस्कर्ते या बातमीचा कसून इन्कार करतील, ही गोष्ट निराळी!

पण वाटेल ती बातमी पचविण्याची माझी ही शक्ती परवा मात्र दुबळी ठरली. वर्तमानपत्रांनी आपला मोर्चा मनुष्याच्या जन्मावरून पुनर्जन्माकडे वळविल्याबरोबर माझे धाबेच दणाणले म्हणा ना! दिल्लीतल्या एका लहान मुलीला आपल्या मागल्या जन्माची आठवण होऊन ती मथुरेतल्या पूर्वजन्मीच्या नवऱ्याविषयी अचूक गोष्ट सांगत आहे, हे वाचताच मी साशंक मुद्रेने घरात पाहू लागलो. काय नेम सांगायचा? आमच्या राणीसाहेब मागील जन्मी युरोपातील एखाद्या देशाच्या खऱ्याखुऱ्या राणीसाहेब असतील अगर आफ्रिकेतल्या एखाद्या जंगलातील शिद्दीणीही असतील! आमची पांढरी स्वच्छ सुली मांजरी पूर्वजन्मी बर्फमय प्रदेशात वावरणाऱ्या एखाद्या एस्किमोची बायको असेल की, डोळे मिटून दूध पिणाऱ्या एखाद्या महाराष्ट्रीय बुवाची शिष्यीण असेल? घरात सारख्या त्रास देणाऱ्या या माश्या! त्या माराव्यात की मारू नयेत? चारुदत्ताप्रमाणे मलाही वाटले— माश्या मारणारा म्हणून लोक हिणवतील, या गोष्टीपेक्षा माझ्या पूर्वजन्मीच्या आप्तेष्टांना मी मारले, असा माझा दुर्लौकिक जगात होऊ नये. पूर्वजन्माच्या स्मृतीची ही लाट आमच्या गावापर्यंत आली आणि एखाद्या दुकानदाराने भरबाजारात माझा हात धरून मागच्या जन्मी मी देणे असलेले पाचशे रुपये मागितले तर? एखादी बाई पूर्वजन्मी मी तुमची बायको होते, असे म्हणू लागली तर? ही बाई सुंदर असली तर मला

काय वाटेल, हा प्रश्न मानसशास्त्रज्ञांवर सोपवणेच बरे, नाही का? दिल्लीतल्या एका मुलीला पूर्वजन्माची आठवण झाल्याची ही बातमी प्रसिद्ध झाल्याबरोबर सनातन्यांच्या वादळात सापडलेल्या नौकेला अगदी ध्रुवतारा दिसल्यासारखे झाले! पण कोट्यवधी हिंदूंना जर आपले मागील जन्म असेच पटापट आठवू लागले तर या विशाल देशाला वेड्याच्या इस्पितळाचे स्वरूप यायला काही फारसा वेळ लागणार नाही.

वृत्तपत्रांचे रकाने व खिसे भरण्याचे काम संपल्यावर दिल्लीचे पूर्वजन्माचे प्रकरण ही एक मानसिक विकृती आहे, अशा अर्थाच्या बातम्या प्रसिद्ध होऊ लागल्या. पुनर्जन्माची मूळची कल्पनाच एका विकृत भावनेवर उभारलेली असल्यामुळे असे व्हावे यात नवल तरी कसले? पुनर्जन्म म्हणजे जगातल्या विषमतेच्या कारणांचा उलगडा करताना भांबावून गेलेल्या मानवी मनाने उभारलेले कल्पनामंदिर! या मंदिराच्या शिल्पाचे कितीही कौतुक केले तरी त्यात कुणाचा आत्मा समाधानाने राहू शकेल काय? लहानपणीसुद्धा या पुनर्जन्माच्या कल्पनेची मोठी चीड येई मला! तीच युगे, तीच माणसे, त्याच गोष्टी, या सर्वांची पुनरावृत्ती होणार आहे, असे कळल्यावर नावीन्याला आसुसलेल्या माझ्या बालमनाचा सारा आनंद कसा कोमेजून जाई अगदी! सध्याचे जग बुडाल्यानंतर पुन्हा जे जग सुरू होईल त्यात आपण असेच जन्माला येणार, दुसऱ्या इयत्तेत पुन्हा तीच फाटकी विजार आपल्याला पुष्कळ दिवस वापरावी लागणार, हीच आई आणि हिचा हाच राग पुन्हा आपल्या वाट्याला येणार, इंग्रजी शाळेत जाताना आपल्या नाकावर क्रिकेटचा चेंडू बसून आपण बेशुद्ध पडणार, आपले तालीममास्तर युनिव्हर्सिटीतून तंगडी धरून बाहेर काढण्याची आपल्याला धमकी देणार, इत्यादी गोष्टी डोळ्यांपुढे उभ्या राहिल्यावर आठ-दहा वर्षांच्या जिवाला त्यात कसले सुख होणार?

निसर्गाच्या लहरीपणाची अगर समाजातल्या विषमतेची मीमांसा करण्यापेक्षा पुनर्जन्माच्या तत्त्वज्ञानाने समाधान मानून घेणे मानवजातीला एकेकाळी शक्य झाले असेल! पण पैन् पैचा हिशेब ठेवणाऱ्या सावकाराप्रमाणे परमेश्वर प्रत्येक जिवाच्या पापपुण्याचा जमाखर्च करीत बसला आहे, बरोबर बेलिफ घेऊन जप्ती करायला जाणाऱ्या धनकोसारखा तो निर्दयपणाने निरनिराळ्या घरांत शिरत आहे आणि मानवतेच्या डोळ्यांतून वाहणाऱ्या अश्रुधारांनी आपला विश्ववृक्ष वाढत असल्याचे दृश्य त्याला समाधान देत आहे, ही कल्पनाच मला कशीशी वाटते! बरे, पुनर्जन्मातील सुखदु:खे ठरविण्याकरिता परमेश्वर जे खोटेनाटे हिशेब करतो, त्याला काहीतरी सीमा असायला पाहिजे होती! फुलराणीने विश्रांतीकरता ज्याच्या हृदयाचे सिंहासन निवडले आणि संध्यातारकाने ज्याच्या डोळ्यांतील प्रेमळपणाचे अनुकरण

केले त्या बालकवीला आगगाडीखाली बळी देणाऱ्या परमेश्वराच्या मानवी आयुष्याच्या हिशेबाच्या चोपड्या स्वर्गात एखादी आग लागून तिच्यात जळून गेल्या असत्या तर बरे झाले नसते का? शेलेसारखे कविरत्न असल्या हिशेबाने समुद्रात बुडविणारा परमेश्वर पाषाणहृदयाचा असला पाहिजे यात शंका कसली?

पुनर्जन्माच्या तत्त्वाने परमेश्वराला आपण नकळत राक्षसाचे स्वरूप देत आहोत, ही गोष्ट अंधळ्या समाधानाच्या भरात पूर्वी मानवजातीच्या फारशी लक्षात आली नाही. कुणाची कोणतीही तक्रार असो, तिचे मूळ पुनर्जन्माच्या गुहेत आहे, असे सांगितले म्हणजे ती दुरुस्त करण्याचे कारण नाही! पुनर्जन्माचे तत्त्वज्ञान ही अशा दृष्टीने मनुष्याच्या सामाजिक विकासाच्या पायात घातलेली दीड मणाची बेडीच आहे!

परंतु पुनर्जन्माची काव्यमय कल्पना अनुभवायला विकल मनोवृत्तीचा अगर आंधळ्या तत्त्वज्ञानाचा आश्रय केलाच पाहिजे, असे कुठे आहे? तीन महिन्यांपूर्वी एका भयंकर तापातून माझा पुनर्जन्म झाला. ताप गेल्यावर दुसऱ्या दिवशी सकाळी खिडकीतून सूर्याचे हसरे किरण मी पाहिले आणि खरोखरच एखाद्या अर्भकाप्रमाणे मी त्याच्याकडे टक लावून पाहू लागलो. पृथ्वीवरल्या किमयेचा हा प्रयोग कितीतरी वर्षांत मी इतक्या एकाग्रतेने पाहिला नव्हता. त्या दिवशी मी जिन्याच्या पायऱ्या चढलो व उतरलो, त्यासुद्धा एखाद्या बालकाप्रमाणेच! अंघोळीच्या वेळी ऊन पाणी अंगावर पडताच मला जो आनंद झाला, त्याचे वर्णन पहिला पाऊस अंगावर घेताना समाधानाचा सुवास सोडणारी पृथ्वीच फक्त करू शकेल आणि त्या दिवशी खाल्लेले भाताचे ते घास— त्या मेतकुटाची लज्जत मी कधीच विसरणार नाही. मेतकूट शब्द अगदी अंतरंगातल्या प्रेमाबद्दलच का वापरतात हे मला तेव्हा कळले. ज्या अमृताकरिता देवदानवांनी समुद्रमंथन केले, ते बहुधा दह्यात कालवलेले मेतकूटच असले पाहिजे, अशी एका संशोधनाची कल्पनाही त्यावेळी माझ्या मनात चमकून गेली!

मानवी दृष्टीप्रमाणे सृष्टीही या पुनर्जन्माच्या आनंदात वारंवार दंग होत असते. चोवीस तास सूर्य आकाशात राहू लागला तर सध्याच्या हलाखीच्या काळात अनेकांना ती इष्टापत्तीच वाटेल. तेवढाच तेलाचा अगर विजेचा खर्च वाचला! पण मग सूर्योदय पाहण्याची गोष्ट दूरच राहू द्या, त्याच्यावर कविता करण्याची इच्छाही कोणाला होणार नाही! दरवर्षी होणारा पावसाचा पुनर्जन्मही असाच मनोहर वाटत नाही का? पांढऱ्याशुभ्र मोत्यांच्या राशींनी भरलेल्या मेघांच्या नौका आतील मौल्यवान माल कुणालाही दिसू नये म्हणून काळ्या पडद्याने आच्छादिलेल्या आकाशातून जात आहेत. आपल्या हक्काचे हे ऐश्वर्य आपल्याला मिळणार नाही, या भीतीने पृथ्वीच्या

तोंडचे पाणी पळाले आहे. इतक्यात, मूर्तिमंत न्यायदेवताच वाटणारी वीज एकदम प्रगट होते आणि त्या नौकांना भराभर भोके पाडून पृथ्वीवर मोत्यांचा वर्षाव करते. थंडीच्या पुनर्जन्मात पर्जन्यवृष्टीचे भव्य व रमणीय रूप दिसत नाही हे खरे, पण कडकडून मारलेल्या मिठीचे सुख ओझरत्या चुंबनापेक्षा जास्त असते असे थोडेच आहे! ऐन मध्यरात्री झोपमोड होऊ नये म्हणून थंडीने हळूच आपल्या खोलीत प्रवेश केला की आपण नकळत पायालगतचा उबदार रंग जेव्हा अंगावर ओढून घेतो, तेव्हा लहानपणी आईच्या कुशीत शिरणाऱ्या बालकासारखेच आपण वागत नाही काय?

पुनर्जन्माची कल्पना तत्त्वज्ञानाच्या दृष्टीने कृत्रिम, पण काव्यदृष्टीने अत्यंत रमणीय वाटते, ही गोष्ट कुणीही नाकबूल करणार नाही आणि काव्याची शिखरे आकाशातील नक्षत्रांना भिडत असली तरी त्यांचे स्थैर्य या दगडाधोंड्यांनी भरलेल्या पृथ्वीवरच अवलंबून असते. मुलाचा जन्म म्हणजे आईचा पुनर्जन्म, हे शारीरिक दृष्टीने तर खरेच आहे, पण मानसिक दृष्टीनेही तो आईबापांचा पुनर्जन्मच नसतो काय? मूल होण्यापूर्वी चंद्राकडे ज्योतिषशास्त्राच्या दृष्टीने पाहणारा रूक्ष मनुष्यही आपल्या अपत्याबरोबर चांदूमामाची आपलेपणाने चौकशी करू लागतो, शुक्लपक्षातल्या वाढत्या चंद्रालाही 'भागलास का?' असा हास्यास्पद प्रश्न विचारतो आणि माडांच्या रायांत उभे राहूनही निंबोणीच्या झाडामागे चंद्र लपला आहे, असा त्याला भास उत्पन्न होतो. माझाच अनुभव पाहा ना! पाच महिन्यांपूर्वी घरावरून जाणाऱ्या मनुष्यांना माझा शब्दसुद्धा ऐकू येत नसे, पण हल्ली जो तो दारापुढे क्षणभर थांबून पुढे जातो. 'अविराजा, निजा निजा' या सयमक काव्यापासून तो नुसता 'हा हा हा'सारख्या केवलप्रयोगी अव्ययापर्यंत काही ना काही उद्‌गार तारस्वरात मी काढीतच असतो. घटकान् घटका असे बडबडणाऱ्या मनुष्याला यापूर्वी तरी मी वेड्यातच काढले असते, पण सध्या ही वेड्याची भूमिका मीच उत्तम रीतीने वठवीत आहे. अविनाशाबरोबर एका क्षणी ओरडावे आणि दुसऱ्या क्षणी हसावे, मांजरापासून गाईपर्यंत साऱ्या प्राणिसृष्टीचा सहानुभूतीने समाचार घ्यावा, ऊन असो अगर चांदणे असो, त्याच्याकडे टक लावून आनंदाने नाचावे- या साऱ्या गोष्टी परक्या माणसांचे, किंबहुना साऱ्या जगाचे विस्मरण होऊन अगदी स्वच्छंदाने मी करू लागलो आहे, याचे कारण माझ्या पुनर्जन्माखेरीज दुसरे कुठले असणार? अपत्यहीन मनुष्य नरकात पडतो, अशी समजूत जुन्या काळी प्रचलित होण्याचे कारण मला तरी एकच दिसते. अपत्याबरोबर आपला पुनर्जन्म होऊन बुद्धिपुरस्सर बाळपणाचे स्वर्गसुख अनुभवण्याचे भाग्य अपत्य नसलेल्यांना कुठून लाभणार?

★

तिसऱ्या वर्गाचा प्रवास

बेळगावला आगगाडीच्या डब्यात बसले की, काही क्षण मी गोंधळून जातो! एकोणीस लष्करी लोक व अडतीस इतर लोक यांच्याकरिता तो डबा आहे, असे बजावणाऱ्या अक्षरांना मी भिऊन जातो असे मात्र नाही हं! एक लष्करी मनुष्य साध्या दोन माणसांबरोबर तरी असलाच पाहिजे! नाहीतर लढाईत त्याचा उपयोग काय? अर्थात, हे लष्करी कोष्टक पाहून माझे मन अस्थिर होते अशातला मुळीच भाग नाही; उलट या डब्यात किती लठ्ठ लोकांनी बसायचे, पहिलवान आल्यास त्यांच्या संख्येची मर्यादा काय असावी इत्यादी गोष्टींचाही कंपनीने खुलासा केला असता तर बरे झाले असते असा विचार माझ्या मनात डोकावून जातो. कारण धर्मातले तत्त्वज्ञान जसे प्रवचनापुरतेच, त्याप्रमाणे असले नियमही फक्त लिहून ठेवण्याच्या कामीच उपयोगी! त्यांचा फायदा ते रंगविण्यामुळे ज्याला मजुरी मिळते त्या मनुष्यालाच काय तो व्हायचा!

त्या दिवशीचाच अनुभव पाहा ना! डब्यातील सर्व उतारूंना शंभरापर्यंत अंक मोजता येतात की काय, याची परीक्षाच घेण्याचे जणू काय रेल्वे कंपनीने ठरविले होते. पावसाची एक सर कोसळून थोडीशी उघाडी मिळते न मिळते तोच तिच्या पाठोपाठ दुसरी मुसळधार सर यावी, असे होत होते अगदी. हातात नुसते बोचके घेऊन येणारा प्रवासभाऊ आत येऊन दाखल झाल्यानंतर दरवाजा बंद करण्याचा प्रयत्न करावा, तोच ट्रंकेला कोकणी झाडण्या व बिछान्याला फणस बांधून घेऊन दुसरा बडा भाई आत घुसे. आभाळच फाटल्यावर ते सुईदोऱ्याने शिवत बसण्याची यातायात इंद्रादी तेहतीस कोटी देवांचे कपडे बेतणारा शिंपीही करणार नाही. तटाला खिंडार पाडल्यावर शत्रूपासून किल्ल्याचे संरक्षण करायचे तरी कसे? मी व डब्यातील माझे सहचारी हताश मुद्रेने प्रत्येक नवीन उतारूकडे व 'थांबवाया आगगाडी! बाबा साखळी रे ओढी' या रेल्वे उपनिषदातील महामंत्राकडे आळीपाळीने पाहत होतो. साखळी ओढण्याकरिता अशा चिकार गर्दीतून साखळीपर्यंत जायचे कसे, याचा खुलासा तिथे मुळीच नव्हता आणि एका अर्थाने ते बरोबरच होते. धर्मातील उदात्त तत्त्वज्ञान व्यवहारात

कसे उतरवायचे, धर्मग्रंथांत थोडेच लिहिलेले असते! आमच्या डब्याच्या बाजूला गार्ड फिरकला असता तर मी त्याला एकच विनंती केली असती, 'हाऊस फुल्ल' ही पाटी तरी आमच्या डब्यावर लाव.

शेवटी रेल्वेचे घड्याळ दर मिनिटाला एक मिनिट पुढे जात असल्यामुळे गाडी एकदाची सुटली! कोंडलेल्या डब्यात बाहेरच्या शुद्ध वाऱ्याची झुळूक आली आणि काय चमत्कार सांगावा? तिने सर्व प्रवाशांची चित्तशुद्धी केली. आपण सर्व एकाच डब्यात आहोत (We are in the same boat या इंग्रजी म्हणीचा अर्थ या शब्दांत किती उतरला आहे हे सांगायला नकोच!) ही जाणीवच या क्रांतीच्या मुळाशी असावी! कदाचित धावत्या डब्यात आता कुणालाही शिरता येणार नाही, या समाधानाच्या भावनेने घटकेपूर्वीचे सर्व शत्रू मित्र झाले असतील. संकटात उपयोगी पडतो तोच खरा मित्र, हा अनुभव कुणाला नाही? आणि अशा गर्दीत आगगाडीच्या डब्यात वेळ कसा घालवावा हे प्रत्येकाला मोठे संकटच पडलेले असते! वाग्देवतेची सर्व कवींनी इतकी स्तुती का केली आहे, चांभारचौकशीच्या मुळाशी संशोधनाचा केवढा उच्च हेतू असतो, 'मूकं करोति वाचालम्' हे वर्णन परमेश्वरापेक्षा तुडुंब भरलेल्या एखाद्या आगगाडीच्या डब्याचेच असणे अधिक संभवनीय का वाटते इत्यादी गोष्टी अशावेळी क्षणार्धात पटतात. बेळगाव स्टेशनवर एकमेकांकडे मारक्या म्हशीप्रमाणे पाहणारे उतारू सुळेभावी स्टेशन यायच्या आतच वासराला चाटणाऱ्या गाईप्रमाणे एकमेकांकडे बघू लागले. प्रवासाच्या फायद्यात विश्वबंधुत्वाची गणना अवश्य केली पाहिजे, अशी माझी त्या दहा-पंधरा मिनिटांत खात्री झाली.

आगगाडीतील चर्पटपंजरीचा प्रारंभ शंकराचार्यांच्या 'कस्य त्वं वा कुत आयात:' या श्लोकाने व्हावा यात अस्वाभाविक असे काय आहे? वंशवृक्षांवरून हा हा म्हणता सर्वांनी हवापाण्यात उड्या मारल्या. संध्याकाळ होत चालल्यामुळे असो अगर 'जातस्य हि ध्रुवो मृत्यु:' हे गीतावाक्य आठवल्यामुळे असो, हळूहळू प्रत्येकजण कुठे उतरणार, याचीही पृच्छा होऊ लागली. सर्वांचे उत्तर एक : 'मुंबई!' आम्हा महाराष्ट्रीयांत अशी एकवाक्यता क्वचितच आढळते! अरण्यात सीतारामांची रात्र संपे, पण गोष्टी संपत नसत. मला वाटले, आमचा डबा चुकून उत्तर ध्रुवावर गेला तरी तिथल्या सहा महिन्यांच्या रात्रीलाही पुरून उरतील, इतक्या गप्पांचे भांडवल आमच्यापाशी आहे.

पण आपण मुंबईला कशाला जात आहो हे प्रत्येकाने सांगायला सुरुवात केली मात्र! त्या एका डब्यात हजारो भिन्न जगे साठविली आहेत, असा मला भास झाला.

एक वृद्ध गृहस्थ आपल्या पुतण्याच्या लग्नाला जात होते, त्यांच्याच शेजारी बसलेला दुसरा मनुष्य विषमाने आजारी असलेल्या आपल्या मुलाला पाहण्याकरिता धावत चालला होता. एक तरुण होता 'मुलगी' पाहणारा तर दुसरा 'मुंबई' पाहणारा! एक गृहस्थ नोकरी शोधणारा होता, पण त्याच्याजवळ बसलेली प्रौढ स्त्री बेपत्ता झालेल्या नवऱ्याच्या शोधाकरिता चालली होती. कुणी मुंबईला गिरणीत पोट भरणारा तर कुणी भिक्षुकी करून चरितार्थ चालविणारा. हे विलक्षण वैचित्र्य पाहून मघाच्या एकवाक्यतेचे माझे मलाच हसू आले.

मला एकदम दोन दिवसांपूर्वीची आठवण झाली. एका डाकेने एकाच गावाहून मला सात-आठ पत्रे आली होती. ती ज्यांच्याकडून आली होती ती सारीच माणसे मला प्रिय होती, पण प्रत्येकाच्या पत्रातील मजकूर किती भिन्न होता! माझ्या तेरा वर्षांच्या पुतणीने आपल्याला कोणकोणती पदे आता चांगली म्हणता येतात, याचे वर्णन केले होते तर तिच्याहून दोन वर्षांनी वडील असणाऱ्या भावाने एका क्रिकेटच्या सामन्यात आपण चार सहांचे टोले कसे लगावले, याची सुरस हकिकत लिहिली होती. दोन्ही पत्रांत विजयाचा आनंद नुसता नाचत होता, पण या दोन्ही नृत्यांचे स्वरूप किती भिन्न होते! एक सुरंगीचे फूल तर दुसरे डेझीचे!

तिसरे पत्र नवीन नाटक कंपनी काढलेल्या एका स्नेह्याचे होते. आपल्या नाटकांना कशी तोबा गर्दी उडते, कोण कोण बडी माणसे येतात, कुठल्या कुठल्या प्रसंगांना टाळ्यांचा कडकडाट होतो- अगदी साग्रसंगीत पत्र होते त्याचे. त्याच्या पाठोपाठ मी जे पत्र वाचले, ते माझ्या एका मैत्रिणीचे होते. तिच्या मुलाचे बारसे किती थाटाने साजरे झाले, जेवायला कोण कोण मंडळी आली होती, बेत काय होता, मुलाच्या चेहऱ्याकडे पाहून तो कुणासारखा दिसतो, याविषयी प्रत्येकाचे मत काय पडले, तिची मैत्रीण असलेल्या कुठल्याशा संस्थानच्या राणीने मुलाकरिता काय काय आहेर पाठविला आहे, प्रत्येक गोष्टन् गोष्ट तिने खुलवून लिहिली होती. पुन्हा माझ्या मनात आले, या दोन्ही पत्रांत आनंद नुसता ओसंडून वाहत आहे, पण या आनंदाची क्षेत्रे किती भिन्न! जणूकाही निरनिराळ्या ग्रहांवरच ही दोन माणसे राहत असावीत.

जी गोष्ट आनंदाची, तीच दुःखाची! माझ्या परकऱ्या भाचीच्या मोठ्या अक्षरांनी लिहिलेल्या अशुद्ध पत्रात आपल्या बाहुलीचे लग्न रामा गड्याच्या मुलीच्या वाईट बाहुल्याशी लागल्याबद्दल तक्रार होती, तर माझ्या बहिणीच्या बारीक अक्षरांच्या शुद्ध पत्रात आपण ठरविलेले स्थळ थोरल्या मुलीला पसंत नसल्याबद्दलचे गाऱ्हाणे मांडले होते!

ही पत्रे वाचताना माझ्या मनात विचार आला होता- प्रत्येक मनुष्याचे जग

अगदी स्वतंत्र आहे, हेच खरे! मुसळधार पावसाकडे शेतकरी पिके बुडतील या भीतीने पाहतो तर सुखवस्तू क्रीडाप्रेमी गृहस्थ संध्याकाळचे टेनिस बुडेल या विचाराने अशावेळी कपाळाला आठ्या घालतो. माहेरपणाकरिता आलेल्या दोन बहिणींपैकी एक घरात पाळणा नसल्यामुळे उदास असावी आणि दुसरी वर्षाच्या पाळण्यामुळे कंटाळलेली असावी, अशी उदाहरणे हरघडी दिसत नाहीत काय? 'एखाद्याचे नशीब' ही कविता लिहिण्याकरता ज्वालामुखी पर्वतापासून प्रेतावर वाहिल्या जाणाऱ्या फुलापर्यंत गडकऱ्यांच्या कल्पकतेला फिरावे लागले. इतकी पायपीट करण्यापेक्षा ती आगगाडीच्या एखाद्या तिसऱ्या वर्गाच्या डब्यात शिरली असती तर चार श्लोकांच्या कवितेऐवजी तिने सहज चार हजार ओळींचे खंडकाव्य- कारण महाकाव्याला हा काळ अनुकूल नाही, असे तज्ज्ञ म्हणतात- लिहिले असते.

मनुष्य हा समाजप्रिय प्राणी आहे! पण समाजप्रियतेपेक्षाही आत्मप्रीती त्याच्यात अधिक आहे, यात शंका नाही. पृथ्वी वर्तुळाकार आहे हे प्रत्येकजण कबूल करतो पण जगात जेवढी माणसे, तेवढे या वर्तुळाचे मध्यबिंदू असतात. सिंक्लेअर लुईसच्या 'Main Street' मधील नायिकेला आपण आपल्या गावच्या सुधारणेकरिता काहीतरी अपूर्व असे करीत आहोत, असे वाटत असते; पण गावातील इतर लोकांना या विलक्षण कार्याचा कधीच पत्ता लागत नाही, यातील रहस्य हेच नाही काय? प्रख्यात कवी रॉबर्ट ब्राऊनिंग याने वसंताच्या आगमनावर एक छोटी कविता लिहिली आहे. दवमौक्तिकांनी अलंकृत झालेली टेकडी, समुद्रात गात गात होडी हाकारणाऱ्या कोळ्याप्रमाणे आकाशात भरारी मारणारा चंडोल, इत्यादिकांच्या दर्शनाने प्रसन्न झालेले त्याचे कविमन एकदम उद्‌गारते-

God's in His Heaven,
All's right with the world.

ईश्वराच्या अस्तित्वाची आणि जगाच्या राज्याचा बंदोबस्त ठाकठीक असल्याची कल्पना सौंदर्याने भारलेल्या कविमनाला पटावी यात आश्चर्य नाही. याच चंडोलाऐवजी ढोलीत लपून बसणाऱ्या घुबडाकडे त्याचे लक्ष गेले असते तर? दवबिंदूंनी शोभणाऱ्या गिरिप्रदेशाऐवजी रूक्ष वाळवंट त्याच्यापुढे पसरले असते तर त्याच्या तोंडातून हेच उद्‌गार निघाले असते का? खास नाही! स्वर्गाच्या राज्यपदावरून कवीने ईश्वराला लगेच बडतर्फ केले असते!

जगातला प्रत्येक मनुष्य कविता लिहीत नसला (त्यामुळेच जग सुरळीत

चालले आहे, असे अनेक विनोदी लेखकांचे मत आहे!) तरी त्याचे मन कवीचेच असते. जशी त्याची दृष्टी तशी त्याची सृष्टी! नैसर्गिक गरजा अगर सामाजिक बंधने यांच्यामुळे मनुष्याच्या आचारविचारांत कितीही एकरूपता आली तरी अगदी अंतर्यामी तो साऱ्या जगापेक्षा भिन्नच असतो. कंटाळवाण्या व्याख्यानाच्या वेळी प्रत्येक श्रोत्याच्या मनात येणाऱ्या विचारांची नोंद करणारे यंत्र उद्या निघाले तर वक्त्याच्या तोंडाला कुलूप घालण्याच्या एका विचाराखेरीज त्यांच्या मनात कुठेही साम्य आढळणार नाही. एकाचे मन संध्याकाळी तरी खानावळीत दोन घास चांगले मिळतील की नाही, या विवंचनेत असेल तर दुसरा कुठल्या तरी मुखचंद्रम्याच्या चिंतनात गुंगून गेला असेल.

या आत्मप्रीतीविरुद्ध कुणी कितीही नाक मुरडले, तरी जीवनरथाची चक्रे तिच्यामुळेच कुरकूर न करता चालू शकतात. समुद्रकिनाऱ्यावर फिरायला जाणाऱ्यांना लहान खेकड्यासारख्या दिसणाऱ्या कुरल्या नेहमी आढळतात. त्या आपले भक्ष्य शोधीत इतस्तत: नाचत असतात, पण कुठे पाऊल वाजले अगर चाहूल लागली, की हा हा म्हणता वाळवंटातील चिमण्या बिळांत त्या गुप्त होतात. प्रत्येक मनुष्य या कुरलीसारखा आहे, असे मला वाटते. सुखाच्या शोधाकरिता तो एकसारखा समाजात वावरतो, पण त्याचे खरे आश्रयस्थान म्हणजे त्याचे वैयक्तिक जग! जगातील इतर दु:खे त्याच्या या खास जगात काही केल्या येऊ शकत नाहीत. 'अहं ब्रह्मास्मि' या वेदान्तवचनाचा तरी दुसरा अर्थ काय आहे? जगातील विषमतेचा बराच भाग कृत्रिम असला तरी वैचित्र्य म्हटले की, तेथे प्रत्येकाच्या विकासाला संधी मिळालीच पाहिजे.

समाजाशी समरस होऊनही प्रत्येक मनुष्याचे जग निराळे असते, असे कुणी म्हटले की, कित्येक आश्चर्याने तर कित्येक भीतीने ग्रस्त होतात! त्यांना वाटते, या कोट्यवधी जगांची कुठे ना कुठेतरी टक्कर झाल्याशिवाय राहणार नाही. बिचाऱ्यांना अनंत अंतराळात ग्रहांना नियमाने फिरविणारा सूर्य आहे, किंबहुना असल्या अगणित सूर्यांना आपल्या कक्षेत ठेवणारा महासूर्यही आहे, ही गोष्ट खरीच वाटत नसावी! त्या महासूर्याचे तेज किती विलक्षण असेल, त्याची आकर्षणशक्ती-

गोकाक स्टेशन आले होते. आमच्या भरलेल्या डब्यात चढण्याकरिता एक उतारू आला. मी हसतमुखाने दार उघडून त्याला आत घेतले!

★

ते पत्र वाचून मला असा काही विलक्षण आनंद झाला म्हणता! विलक्षणच म्हणायचा, नाहीतर काय? आनंदातही फुलांप्रमाणे अगदी विस्मयजनक वैचित्र्य असते. सोडतीच्या निकालात आपला नंबर असलेला पाहून ज्याला आनंद होणार नाही तो- पण ज्याला अशावेळी आनंद होणार नाही, असा मनुष्य जगात असणे तरी शक्य आहे काय? असलाच तर स्कॉटने Breathes there the man with soul so dead वगैरे ओळींत त्याची पूर्वीच संभावना करून ठेवली आहे! तथापि, सोडतीतल्या बक्षिसाचा आनंद आणि आपले आवडते माणूस जिवावरच्या दुखण्यातून उठल्यामुळे होणारा आनंद यांची तुलना कशी करायची? कुणाही वृद्धाला विचारा, अंतरपाट दूर झाल्यावर झालेला आनंद नातवंड पाहताना होणाऱ्या आनंदापेक्षा अगदीच निराळा होता, असे तो सांगेल. आयुष्यातल्या इतक्या उत्कट प्रसंगांची तरी गोष्ट कशाला हवी? सकाळी कामाला लागण्यापूर्वी घेतलेल्या चहाची गोडी आणि संध्याकाळी दमूनभागून आल्यावर प्यालेल्या चहाची लज्जत यांच्यातील अंतर कुणीही सहज सांगू शकेल.

सौभद्र नाटक पाहताना मला नेहमीच आनंद होत आला आहे. पण लहानपणी घटोत्कच व विदूषक माझे जानी दोस्त होते. ऐन विशीत 'बघुनि उपवना विरहाग्नीची ज्वाला भडके उरी' या पदावर मी बेहोश खूश असे आणि आता सुभद्रेचे दुर्योधनाशी लग्न ठरल्याचे खोटेच सांगून रुक्मिणी संन्यासी अर्जुनाची जी फजिती करते, तो प्रसंग मला सर्वांत अधिक आवडतो. वसंतऋतूत बाजारात गेल्यावर मोठी त्रेधा होते माझी! इकडे सुरंगीची फुले तर तिकडे सोनचाफ्याची! कुणाचा सुवास अधिक मुग्धमधुर आहे, हे ठरविताच येत नाही. गुलाब मोजू लागावेत तोच पलीकडे अबोलीची फुले हसऱ्या मुद्रेने हाका मारू लागतात. त्यांचा तो आकर्षक रंग पाहून क्षणभर हातांतल्या गुलाबांचे भानही राहत नाही मला. आयुष्यातले अगणित आनंदक्षण असेच विविध रंगांनी व गंधांनी नटलेले नसतात काय? आनंदाची ही अनंत रूपे भक्तीला ब्रह्मानंद म्हणून संबोधणाऱ्या साधुसंतांच्यासुद्धा लक्षात आली नसतील.

एक
तप!

म्हणूनच त्या पत्राने झालेल्या आनंदाला विलक्षण म्हटले मी! अपूर्वच होता तो अगदी. एका विद्वान गृहस्थाचे मला आलेले पत्र होते ते! मी दुसऱ्यांदा वाचीत असताना शिंप्याने जर माझ्या कोटाचे मोजमाप घेतले असते तर तो कोट पुढे खात्रीने सैल झाला असता मला! आतापर्यंत मला वाटे, जगात ज्यांची पारायणं होतात, अशी पत्रे दोनच प्रकारची असतात- प्रणयपत्रे आणि मृत्युपत्रे. पण या पत्राने माझी ही समजूत साफ खोटी ठरविली. त्या विद्वान गृहस्थांचे माझ्यावर प्रेम होते, असे कुणीच म्हणणार नाही. ते बायकोवरसुद्धा प्रेम करीत नसत, म्हणे! त्यांचे खरे लग्न पुस्तकांशीच लागलेले होते आणि विद्वान मनुष्याला मृत्युपत्र करण्याचा प्रसंग कधीच येत नाही. तेव्हा मृत्युपत्रातले आकर्षण त्यांच्या पत्रात नव्हते, हे उघडच आहे. तथापि, ते पत्र दोनदा वाचूनही माझे समाधान झाले नाही. त्याची तिसरी आवृत्ती सुरू झाली. मी बारा वर्षांपूर्वी लिहिलेला एक लेख काही कामासाठी त्या विद्वान गृहस्थांनी मागितला होता.

त्या लेखात काय होते, हे माझे मलाच आठवेना. स्मरणशक्ती इतकी तीव्र असती तर प्रत्येक परीक्षेत माझा पहिला नंबर आला नसता का? डोके खाजविण्याची अगदी शिकस्त केली मी. शेवटी एवढेच आठवले की, तो लेख छापून आला होता तेव्हा तो पुन:पुन्हा वाचून आपण आपली पाठ भरपूर थोपटून घेतली होती. आपले अक्षर नि अक्षर वाङ्मयात जमा होणार, अशी नवशिक्या लेखकाची खात्री असतेच. त्यामुळे तो मी कापूनही ठेवला आहे, इथपर्यंत माझ्या स्मरणशक्तीने लांब उडी मारली. मशारनिल्हे विद्वानांना लेख लवकरच पाठवून देतो, असे उलट टपालाने उत्तर पाठवून मी त्याची कात्रणे शोधू लागलो.

स्वत:चे जुने कागदपत्र शोधायच्या वेळी राजवाडे, खरे वगैरे संशोधकांविषयीचा माझा आदर द्विगुणित होतो. किंबहुना, अशावेळी इतिहास संशोधक मंडळाचा प्रचारक माझ्याकडे आला तर मी त्या मंडळाचा तहहयात सभासदसुद्धा होऊन जाईन कदाचित. जुन्या पुस्तकांच्या दुकानात एखादे पुस्तक हटकून मिळेल, पण माझ्या जुन्या कागदांतून (माझी बायको या ढिगांना रद्दीच म्हणते. आता आलेले पत्र दाखविले पाहिजे तिला!) हवी असलेली गोष्ट चटकन सापडायला ग्रहांचीच कृपा हवी! तो लेख शोधण्यापूर्वी आजचे वर्तमानपत्र घेऊन त्यातील आपल्या राशीचे भविष्य पाहण्याचा बलवत्तर मोह झाला मला. पण ज्योतिषाची थट्टा करणारा एक लेख कालच मी शिकविला असल्यामुळे या मोहावर मी विजय मिळविला.

लागला तर टोला नाहीतर भोपळा, असे क्रिकेटमध्ये काही खेळाडू असतातच की! त्यांचेच अनुकरण मी केले. माझ्या शुभ ग्रहांच्या मदतीला सदरहू विद्वानांचे हर्शलसकट सर्व ग्रह धावून आल्यामुळेच की काय, त्या लेखाचे छापील कागद लवकरच मला सापडले. शिवाजीमहाराजांचे अस्सल पत्रसुद्धा संशोधक जेवढ्या

उत्कंठेने वाचणार नाही, तेवढ्या उत्साहाने मी तो लेख वाचू लागलो.

पण हा उत्साहाचा पारा लगेच भराभर खाली उतरू लागला. लेख संपविल्यावर तर गारच झालो मी! दुसऱ्या कुणाचा तरी लेख मी चुकून वाचला नाही ना, अशी शंकाही आली. मुद्दाम लेखाच्या मथळ्याखाली पाहिले. तिथे माझेच नाव छापले होते की! वाटले- मुद्रकाला सैतान म्हणतात, ते काही खोटे नाही. दिले असेल त्याने कुठेतरी माझे नाव दडपून. पण- जागी झालेली स्मरणशक्ती झोपी कशी जाणार? गडकऱ्यांच्या गोकुळाच्या भाग्याचा क्षणभर हेवा वाटला मला. भाषा, विचार, कल्पनाविशेष असे काहीच दिसेना त्या लेखात मला आणि हाच लेख लिहिल्याच्या अभिमानाने बारा वर्षांपूर्वी मी धुंद झालो होतो. बारा वर्षांपूर्वीची गोष्ट कशाला? घटकेपूर्वी त्या विद्वानांचे पत्र आल्यामुळे किती फुगून गेलो होतो मी!

बारा वर्षे! एक तप! बारा वर्षांना तप का म्हणतात, हे आता कळले मला. जीवित अधिक अधिक शुद्ध व्हावे म्हणून गिरिकंदरांत पूर्वीचे ऋषी तपश्चर्या करीत. सामान्य मनुष्याच्या आयुष्यात काळही तेच कार्य करीत नाही का? गिरिगव्हरांत एकान्तवासात राहणाऱ्या माणसांच्या मनातला अहंकार खरोखरच गळून जात असला पाहिजे. गगनचुंबी शिखरे आणि पर्वतांच्या अंगाखांद्यांवर बागडणाऱ्या वृक्षलता यांच्यापुढे त्याला आपली पर्णकुटिका तृणवत वाटली तर त्यात नवल कसले? प्रात:काळी पृथ्वीच्या अंगाला पुष्पसुगंधांची उटणी लावून उषेच्या सुवर्णरसाने सृष्टिमाता तिला न्हाऊ घालीत आहे, हे दृश्य पाहिल्यावर जगातल्या उत्कृष्ट स्नानगृहांची कुणाला कितीशी किंमत वाटेल? वनदेवतांच्या मधुर स्पर्शांतून ज्यांना अमृत मिळाले, अशा पिकलेल्या फळांची बरोबरी बासुंदी अगर बिर्याणी करू शकेल, हे खरेच वाटत नाही मला आणि दु:खाने दग्ध होणाऱ्या मनुष्याच्या जीवनाला संजीवन देणारे ते सृष्टिसौंदर्य! ऋषिमुनींनी तपश्चर्येकरता निवडलेली स्थळे म्हणजे सौंदर्यदेवतांची माहेरघरेच नव्हेत काय? सकाळ-सायंकाळ विहंगमांच्या पार्श्वसंगीताने युक्त असे आकाशात दाखविले जाणारे विविधरंगी चित्रपट- त्यांच्या तोडीचे एक तरी चित्र मनुष्य निर्माण करू शकेल काय? मलबार हिलवरील बंगल्यात राहून पॅरिसहून आपले कपडे धुऊन आणणाऱ्या आणि संध्यारंग ही मद्यपानाला अनुकूल पार्श्वभूमी आहे, हे तत्त्व अमलात आणून अर्धनग्न पऱ्यांच्या नृत्यचित्रपटाला जाणारा एखादा आधुनिक ययाति माझ्या वरील गोष्टी मान्य करणार नाही हे खरे. पण त्यालाही हे कबूल केलेच पाहिजे की, मनुष्याचा अहंकार समाजातच वाढतो. अरण्यात एखादा सम्राट मरून पडला तरी फुले हसतच राहतील आणि पाखरांच्या मधुर संगीतात

क्षणभरही खंड पडणार नाही.

पण वनवास हा काही सामान्य मनुष्याच्या मन:शुद्धीचा मार्ग नव्हे. सिंह गुहेत राहू शकतो; परंतु हरिणांना कळप केल्यावाचून गत्यंतर नसते. मनुष्याच्या या समाजप्रियतेने मानवजातीची जशी प्रगती झाली, तसे व्यक्तींचे मनोविकारही गुंतागुंतीचे होत गेले. माझेच पाहा ना! बारा वर्षांपूर्वी लिहिलेल्या त्या लेखाचा अकारण केवढा अभिमान वाटला मला! उलट, वेद रचणाऱ्या ऋषींनी आपले नावगावसुद्धा त्यात धड नमूद केलेले नाही.

असल्या अहंकाराला अनेकदा अगदी हास्यास्पद स्वरूप येते, त्यात आश्चर्य ते कसले? चेकॉव्हची एक गोष्ट आहे. तिच्यातील नायकाला अपघात होतो. त्याचे आईबाप काळजीत पडतात मोठ्या. पण दुसरे दिवशी ती लंगडी स्वारी स्वत:च वर्तमानपत्राचा एक अंक हातात घेऊन आनंदाने नाचू लागते. अमक्या अमक्याला अपघात झाला म्हणून त्याचे नाव त्यात छापून आलेले असते. वर्तमानपत्रात ठळक अक्षरांनी नाव यावे म्हणून आत्महत्यासुद्धा करायला चुकायचे नाहीत असले लोक! 'तेवढेच ज्ञानप्रकाशात' म्हणून दिवाकरांची एक नाट्यछटा आहे ना? तिच्यातील पंडितमहाशय एका प्रसिद्ध बाईंच्या स्मशानयात्रेला गेलेच पाहिजे, असे म्हणतात. का? तर दुसरे दिवशीच्या ज्ञानप्रकाशात आपले नाव छापून यावे म्हणून. बिचाऱ्याला हेही कळत नाही की, तिसरे दिवशी वाण्याच्या दुकानातून त्याच्या घरी येणारा खजूर त्याच अंकातून बांधून येणार आहे!

आयुष्यातल्या एका तपाचे महत्त्व या दृष्टीने फार मोठे आहे. बारा वर्षांनी आपण आपल्याकडेच इतक्या दुरून पाहत असतो की, प्रसंगी आपली आपल्याला ओळखही पटत नाही. वाहते पाणी आपोआप शुद्ध होते ना? अहंकाराने गढूळलेले मनही कालप्रवाहात तसेच शुद्ध होते. माझ्या एका लेखकमित्राला आपण लिहिलेल्या ओळीन् ओळीचा अभिमान असे. आपले लेखन म्हणजे अगदी अजरामर वाङ्मय आहे, अशी त्याची कल्पना. मुंबईला गेल्यावर तो नि मी सहज एका जुन्या पुस्तकाच्या दुकानात गेलो. रद्दीच्या भावाने देण्याकरिता दुकानदाराने काढलेली पुस्तके त्याने पाहिली मात्र- त्याची हृदयक्रिया एकदम बंद पडते की काय, असे वाटले मला! त्याच्या अजरामर वाङ्मयाने ती रद्दी वाढविण्याला बरीच मदत केली होती. 'अशि कशी धुंद मस्तीत चालशी, मुली?' हा प्रश्न जिला विचारावासा वाटतो, अशी एक तरी तरुणी प्रत्येकाच्या परिचयाची असेल. पुरुषाचे हृदय म्हणजे कचकड्याचे खेळणे वाटते तिला. पुन्हा बारा वर्षांनी तिला पाहा, धुंदीबरोबर तिची

मुद्राही उतरलेली दिसेल. किंबहुना, अनेक पुरुषांची हृदये पायी तुडविणारी ती तरुणी एका पतीचे मन मुठीत कसे ठेवावे, या विवंचनेत पडली आहे असे आढळून येईल.

खरेच! एका तपाने आपली आयुष्याकडे पाहण्याची दृष्टी किती बदलते. जन्मल्या दिवशी आईचे दूध भरपूर मिळावे, यापलीकडे माझी बहुधा अधिक काही अपेक्षा नसावी. पण बाराव्या वर्षी? वर्गात पहिला नंबर यावा म्हणून मी सकाळी थोडा अभ्यास तर करीत असेल! पण संध्याकाळी दत्ताला जाण्याचा माझा नेमही मी सहसा चुकवीत नसे. चोविसावे वर्ष उगवले, तेव्हा- या गोष्टीचे माझे मलाच हसू येऊ लागले होते. परीक्षा? अं! नुसती पोपटपंची! देव? जगात देव असता तर हजारो निरपराधी लोकांना (या यादीत माझे नाव नेहमीच पहिले असे, हे सांगायला नको!) इतकी विलक्षण दु:खे भोगावी लागली असती का? बस्स! धर्म ही अफू आहे, असे परवाच कुठेसे वाचले मी! मग ईश्वर हा गांजा असलाच पाहिजे. लेखक होऊन समाजसुधारणा करणे हेच आता आपले ध्येय! पण हे ध्येय साध्य करण्यासाठी दोन गृहस्थांचे साहाय्य जरूर हवे! एक : माझे लेखन छापणारा संपादक आणि दुसरा : आपली शकुंतला मला देणारा एखादा कण्वमुनी. समाजसुधारणेसाठी लेखन करायचे म्हणजे ते ललितच हवे! आणि लालित्याची कळी सुंदर तरुणीच्या सहवासाखेरीज उमलणे शक्य आहे काय? भीष्माला ललित लेखक व्हायचे नव्हते म्हणूनच तो आजन्म ब्रह्मचारी राहू शकला, असे त्यावेळी माझे अगदी ठाम मत झाले होते.

आणखी एक तप गेले. त्या वर्षाची दिवाळी म्हणजे भयंकर संकटच वाटले मला. चिल्ल्यापिल्ल्यांसाठी खूप फटाकड्या आणाव्या लागणार होत्या, म्हणून नाही हं! तेवढ्या बाबतीत देवाने माझ्यावर कृपा केली होती. आमच्या घरच्या पाळण्यात अनावृष्टी नव्हती, तशी अतिवृष्टीही नव्हती; पण तुम्हीच सांगा, किती किती संपादकांच्या लेखांच्या मागण्या मी पुरवायच्या? दिवाळीत माझ्या लिहिण्यापासून वाचकांना किती आनंद होत असेल, तो कुणाला ठाऊक! पण हल्ली दिवाळीपूर्वी एक महिनाभर मला मात्र अगदी सक्तमजुरीची शिक्षा होते. समाजाला तुमच्या लेखांचा फार उपयोग आहे, अशा थापा मारतात हे संपादक! अशी वाङ्मयाने समाजसुधारणा होत असती तर मृच्छकटिक नाटकानंतर वेश्यांचा वर्गच अस्तित्वात राहिला नसता या भरतखंडात.

आता लिहायचे खरे! पण ते अमर होण्यासाठी!
अमर? बारा वर्षांपूर्वीचा हा लेख मी किती ईर्ष्येने लिहिला होता, पण माझा

मलाच तो आता वाचवत नाही. मग आजचे माझे लेखन आणखी बारा वर्षांनी मला तरी आवडेल, याचा काय नेम आहे? आणखी एक तप- अठ्ठेचाळिसावे वर्ष! हव्यासाने फुले गोळा करायची आणि ती कोमेजली की फेकून द्यायची, हाच का मानवी जीवनाचा अर्थ? क्षुद्र अहंकाराचे निर्मूलन करण्याच्या दृष्टीने आयुष्यातले एक एक तप अत्यंत उपयुक्त असेल, पण हृदयाच्या बागेतली उग्र फुलांची ही रोपटी उपटून टाकल्यानंतर पुढे काय? नुसती माती पाहत बसायचे? त्यापेक्षा चिमणी गंधहीन फुले घेऊन नाचणारी गवताची पातीसुद्धा तिच्यात डुलत असलेली पुरवली! भूमीला काय आणि हृदयाला काय, हिरवळीवाचून शोभा नाही. अशी हिरवळ—

मी अंतर्मुख होऊन माझ्या आयुष्यातल्या तीन तपांकडे पाहिले. दुरून येणारा विविध फुलांचा संमिश्र सुगंध किती सुखकारक वाटला मला. हा रामभाऊ— माझ्या आयुष्यातले बकुळीचे झाड. लहानपणी पीटचा दर एक काळ्या पेन्सिलीचा तुकडा आणि खुर्चीचा दर सबंध दुधी पेन्सील अशी तिकिटे लावून त्याने आणि मी बालप्रेक्षकांकरिता नाटके केली होती, नाही? नाटकांच्या त्या गोड आठवणींप्रमाणेच माझ्या आयुष्यातल्या अत्यंत कठीण वेळी माझा पत्ता काढून त्याने पाठवून दिलेले ते पैसे! किती दिवस झाले त्या गोष्टीला, पण बकुळीच्या फुलांचा सुगंध काळालाही नाहीसा करता येत नाही.

बागेच्या दुसऱ्या बाजूला मी पाहू लागलो. जाईजुई? छे! ही माझी बहीण! त्यावेळी भयंकर भासणाऱ्या भविष्यात माझ्याबरोबर किती हौसेने उडी घेतली तिने! तिच्या पलीकडेच माझी पत्नी उभी आहे. जणूकाही संसाराच्या आट्यापाट्यांत माझ्या बहिणीने पोचविलेले लोण घेऊनच ती पुढे चालली आहे. डाव जिंकण्याची तिची महत्त्वाकांक्षा पाहून कोंडीत अडकून पडलेल्या माझ्या मनाला केवढा धीर येतो आताशी.

हे पारिजातकाचे झाड! उन्हाळा असो, पावसाळा असो, त्याचा बहर खळत नाही कधी. फुलांचा नुसता सडा पडतो खाली. कुणी वेचून देवाला वाहा, नाहीतर पायाखाली तुडवा! पांढरे फूल, तांबडा देठ! हसरी मुद्रा, तिच्यामागे निर्मल प्रेम! माझ्या आयुष्यात दादांचे हे उत्कट प्रेम जर मला आधी अनुभवायला मिळाले असते तर— जाऊ द्या! ही फुले आपल्या वाट्याला आली, हा काही लहानसहान लाभ आहे का? काळपुरुष आपल्या बारा दात्यांच्या हत्याराने माझ्या बागेतली अहंकारासारखी शेकडो रोपटी खुशाल कापून टाकू दे. या फुलझाडांपुढे त्यांची

आठवणसुद्धा होणार नाही मला!

हो, पण हा लेख त्या विद्वानांकडे पाठवून द्यायचे विसरतच होतो की मी! पाठविला नाहीतर रागवायचे ते! त्यांच्यासारख्या बड्या धेंडाचा राग -

त्यांच्या रागामुळे असो अगर माझ्या अहंकारामुळे असो, तो लेख मी पाठविला. मात्र 'सोबत पाठविलेला लेख सामान्य आहे. आपल्याला त्याचा उपयोग होईलसे वाटत नाही' असे पत्र लिहिले, तेव्हाच माझे समाधान झाले.

स्वत:विषयी इतके प्रामाणिक मत व्यक्त करणारे जगात कितीसे लोक असतील? काय मौज आहे पाहा! मला या प्रामाणिक पत्राचाच अभिमान वाटायला लागला की! बाकी वाटेना म्हणा? आणखी एका तपाने या पत्राबद्दल मला काय वाटेल, हे तुम्ही आजच सांगू शकाल.

★

हल्ली सकाळी उठल्याबरोबर समोरच्या डोंगरीवरून एक चक्कर मारून आल्यावाचून चैनच पडत नाही मला. विरही तरुणांना जशी टपालाची वेळ, तशी पेन्शनर वृद्धांना सकाळ विलक्षण हुरहुर लावते. या वेळी घराबाहेर पडल्यावाचून बरेच वाटत नाही त्यांना. घरातली सकाळची हवा इतकी दूषित वाटण्यासारखे माझे वय झाले नसल्यामुळे, प्रभातफेरीचे व्रत घेण्याची पाळी माझ्यावर अजून आलेली नाही. अर्थात केवळ फिरण्याची तलफ भागवण्याकरिता मी डोंगरीवर फेरी टाकतो, असे सांगितले तर ते कुणाला खरे वाटेल!

तिथून दिसणारा सागराचा नील विस्तार पाहून सृष्टिचक्र चालविणाऱ्या महाशक्तीचे विशाल अंत:करणच आपण पाहत नाही ना, असा क्षणभर भास होतो खरा! पण सायंदेवता सूर्याच्या सुवर्णकलशाने अभिषेक करून त्याच्यावर चित्रविचित्र मेघमालांच्या पुष्पराशी वाहत असताना जे अद्भुतरम्य दृश्य दिसते, त्याची सर सकाळच्या देखाव्याला कशी येणार?

या दिवसांत मी डोंगरीवर आदरून जातो ते काजूच्या झाडांकरिता. वसंत ऋतूच्या अधिदेवतेला आम्रफुले अधिक आवडत असतील कदाचित, पण तिच्या आगमनाची द्वाही फिरवीत काजूच्या झाडांवर दीपोत्सव करणारे तांबडे-पिवळे बोंडूच मला अधिक आवडतात. ही अधिदेवता सिंहासनावर विराजमान होते तेव्हा कुठे आम्रवृक्षांचे नजराणे पुढे येतात. काजूंना ही व्यावहारिक दूरदृष्टी नाही. वसंतदेवतेची नुसती चाहूल लागली की, त्यांची अंगे पुलकित होतात. फळांच्या रूपाने ती आपले हृद्गतच प्रकट करतात असे मला वाटते. नाहीतर बोंडूंवर इतका विलक्षण मोहक रक्तिमा दिसलाच नसता. थोडेसे बोथट असले तरी ते मदनाचेच बाण आहेत, नाही का?

म्हणूनच काजूंनी भरलेल्या डोंगरीवरून जाताना माझे मन आनंदाने अगदी भरून जाते. हिरव्यागार झुंबरात चमकणाऱ्या दीपज्योतीप्रमाणे हिरव्या पानांतून लटकलेले पिवळेधमक बोंडू पाहताना कोळपलेल्या मोहराची आठवणसुद्धा होत नाही. या झाडांची कोवळी पाने किती नाजूक असतात. जणूकाही

शिव्या

जगात प्रवेश करणाऱ्या बालजीवाच्या हाताचे स्निग्ध तळवेच. एखाद्या सुखी कुटुंबात राहायला आलेल्या पाहुण्याला विशेष न बोलताही मुग्ध आनंदाचा लाभ होत नाही का? काजूच्या झाडांतून फिरताना मलाही तोच अनुभव येतो. किती सूक्ष्ममधुर सुवास साऱ्या वातावरणात दरवळत असतो या वेळी. जणूकाही प्रणयिनीच्या 'इश्श' या अस्पष्ट उद्‌गारांमधली माधुरीच! काजूच्या झाडाचे एखादे पान मधेच तोडून ते चुरगळण्याचा चाळा हाताने केला तरी किंचित उग्र, पण मोहक असा सुवासाचाच लाभ होतो. सारी अत्तरे रद्द वाटतात मला त्या सुगंधापुढे.

पण आज मात्र डोंगरीवरील फेरफटक्याने काही आनंद झाला नाही मला. रात्री एक रहस्यमय कथा वाचता वाचता झोपायला उशीर झाला होता. अर्थात मी लवकर उठलो नाही हे कळायला त्या दिवसाचे माझ्या राशीचे भविष्य तुम्ही वाचण्याची जरूरच नाही. उजाडताना टेकडीवर फेरी टाकून येण्याच्या क्रमात खंड पडला, पण एकसारखे चुकल्या चुकल्यासारखे वाटू लागल्यामुळे शेवटी ऊन फार झाले होते, तरी माझी पावले तिकडे वळलीच. टेकडी चढायला मी सुरुवात केली मात्र! मोठमोठे आवाज ऐकू येऊ लागले. पुढे जाऊन पाहतो तो दोन कुळवाडी बायका काजीखाली उभ्या राहून जोरजोराने भांडत आहेत. बहुधा धर्मयुद्ध असावे ते. कारण तोंडाच्या तोफखान्याखेरीज इतर कोणत्याही शस्त्रास्त्राचा त्यांच्याकडून उपयोग केला जात नव्हता! आपल्या काजी चोरल्याचा त्या एकमेकींवर आरोप करीत होत्या. एखादा कट्टर मार्क्सवादी माझ्याबरोबर असता तर या भांडणाच्या मुळाशी असलेल्या आर्थिक प्रश्नावर त्याने एकदम विदारक प्रकाश टाकला असता, यात शंका नाही. पण माझे लक्ष मात्र त्यांच्या शिव्यांकडेच गेले. अगदी अस्सल गाळींची लाखोली वाहत होत्या त्या. जे शब्द एरवी तोंडातून बाहेर काढायला त्यांना लाज वाटली असती, ते गलिच्छ शब्द देवाच्या नावांप्रमाणे अगर एखाद्या रणगर्जनेप्रमाणे त्या वीरश्रीने पुन:पुन्हा उच्चारीत होत्या!

माझ्यातल्या इतिहास-संशोधक एकदम जागृत झाला. खांडगळ्या शिव्यांचे जे अफाट मराठी वाङ्मय आहे, त्यात आईच नायिका होण्याचे कारण 'न मातु: परदैवतम्' हेच असेल काय? मनुष्याच्या भावनांवरील निकराचा हल्ला त्याच्या देवाधर्मावर व पूज्य व्यक्तींवरच चढविला जातो. 'जळ्ळा', 'मेला' वगैरे सामान्य शब्दांची उपपत्ती लावणे सोपे होते! पण 'शिरां पडलां त्येंच्या घरावर' या कोकणी वाक्याच्या उगमाशी जायला एखादा राजवाडेच पाहिजे, असे माझ्या मनाने ठरविले. शिव्यांच्या बाबतीत कोशकार, लेखक वगैरे लोक वाचकांवर फार अन्याय करतात. लहानपणी वारंवार ऐकलेल्या एका इरसाल शिवीचे पूर्ण ज्ञान करून घेण्याकरिता

मी माझ्या एक आण्याच्या क्षणभंगुर इंग्रजी कोशापासून अमरकोशापर्यंत सर्व भाषांतले कोश चाळले, पण सारे बेटे पक्षपाती! व्यवहारात उभ्या जन्मातसुद्धा कुणी जे उच्चारीत नाही, अशा शब्दांचा आदरसत्कार त्यांनी केवढ्या तत्परतेने केला होता. पण ज्या शब्दांची दररोज शेकडो लोकांना गरज लागते त्यांना मात्र यांच्या घरी पूर्ण मज्जाव! जगाच्या उलट्या न्यायाचा बाळपणीच असा विलक्षण कटू अनुभव आला होता मला.

कुठल्याशा राजघराण्यात एक एवढा मोठा हिरा आहे की, त्याचा विमा उतरायला जगातील एकही कंपनी तयार नाही म्हणे. साऱ्या कोशांची आपापल्या भाषेतील निवडक मुक्ताफळांविषयी कदाचित हीच भावना असेल. एखाद्या सभ्य कोशकाराला या शब्दांच्या सहवासाने कोशातील इतर सोवळे शब्द बिघडतील, अशी भीतीही वाटली असेल! संशोधकाचे वारे ओसरताच माझीसुद्धा अशीच स्थिती झाली ना थोडीशी! ज्या रम्य काव्याचा आस्वाद घेण्याकरिता मी टेकडीवर येत असे, त्याच्याशी त्या बीभत्स शिव्या किती विसंगत होत्या! अहो, शिव्यांनासुद्धा काही काळ वेळ आहेच की नाही? हिवाळ्यात दाट धुके पडले असताना कावकाव सुरू असलेल्या निष्पर्ण वृक्षांच्या खाली उभे राहून हवे तर या बायकांनी भांडायचे होते; परंतु 'वसंतरितु आयी आयी' ही ओळ गद्य माणसाच्याही तोंडून बाहेर पडण्याच्या या रमणीय काली अभद्र शिव्या देत बसायचे? आणि त्याही साध्यासुध्या नव्हेत! अगदी अस्सल! वर्डस्वर्थ म्हणतो ते खोटे नाही. मनुष्यानेच जगातली माणुसकी मारून टाकली आहे. एखाद्या माकडाने हातातले रत्न निरुपयोगी म्हणून दूर भिरकावून द्यावे त्याप्रमाणे आपल्या भोवताली पसरलेल्या मधुर काव्याकडे मनुष्यप्राणी जाणूनबुजून डोळेझाक करतो आणि दुःखी होतो.

'शिव्या हे काही काव्य नव्हे की काय?' इतका विचित्र प्रश्न माझे मन उत्पन्न करील, असे मला कधी वाटले नव्हते. पण मनुष्याच्या दोन मनांपैकी जे अवखळ आहे त्याला मधूनमधून असे काहीतरी विचारण्याची लहर येतेच येते. या स्वैर, असभ्य मनालाच नीतिशास्त्रे सदसद्विवेकबुद्धी म्हणतात की काय, कुणाला ठाऊक! मात्र माझ्या स्वच्छंदी मनाचा हा प्रश्न विलक्षण असला तरी वेडेपणाचा खास नव्हता. काव्य म्हणजे उत्कट भावनांचा आविष्कार! शिव्यांचा तरी दुसरा काय अर्थ आहे? रागाचा पारा मनाचा जाकोबाबाद झाल्याचे दाखवितो तेव्हा अस्सल शिव्या तोंडातून बाहेर पडत नाहीत काय? चहा पिताना, टेनिस खेळताना, मोटारीतून जाताना मनाविरुद्ध काही घडले की, एखादी सौम्यशी शिवी सभ्य माणसाच्या तोंडूनसुद्धा क्वचित बाहेर पडते. पण एखादेवेळी चांगला गवईसुद्धा थोडासा बेसूर

होतो त्यातलाच तो प्रकार! शिव्यांनी मुसळधार कोसळायला मनुष्याच्या मनाचा उन्हाळा आधी आलाच पाहिजे, हा निसर्गाचा नियम आहे आणि तसेच पाहिले तर शिव्यांतच वीररसाचा उगम नाही काय? आपल्यावर झालेल्या अन्यायाचा उघड उघड प्रतिकार करण्याचा पहिला मार्ग दुसऱ्याला शिव्या देणे हा होय.

असे असूनही लहानपणापासून 'शिव्या कोणा देऊ नये' असे मुलाला पढविण्यात येते. डोंगरीवर माझ्या सौंदर्यसमाधीचा भंग करणाऱ्या त्या तोंडाळ बायकांचा मला राग आला, याचे कारण लहानपणी माझ्या मनावर झालेला हा संस्कारच! पण शिव्या न देता मनातल्या मनात राग गिळणे तरी बरे का? अमुक मनुष्य फार शांत आहे, असे लोक म्हणतात तेव्हा त्याची भीतीच वाटते मला. या बाहेरून दिसणाऱ्या सुंदर हिरवळीखाली केवढा ज्वालामुखी रसरसत असेल आणि त्याचा केव्हा स्फोट होईल, हे कुणी सांगावे? माझे एक सुशिक्षित मित्र बायकोला एका शब्दानेही बोलत नाहीत हे पाहून मला फार आश्चर्य वाटते. असा देवमाणूस- देवमाणूस म्हणणे म्हणजेसुद्धा त्याचा अपमान करण्यासारखेच होते म्हणा! कारण आपल्या पत्नीला या नाही त्या रूपात ज्याने छळले नाही अगर तिच्यावर आपला मालकी हक्क गाजविला नाही असा देवांत तरी कोण आहे? एके दिवशी त्यांची पत्नी माझ्या बायकोकडे आयोडिन मागायला आली, तेव्हा माझ्या त्या शांतिसागर मित्राचे कोडे मला उलगडले. या सागराला खळखळाट आवडत नसे हे खरे! पण याचा वचपा होडी अचूक खडकावर आपटून तो भरून काढी. माझे हे मशारनिल्हे मित्र रामदासांच्या वाङ्मयाचे भक्त आहेत. अर्थात, 'क्रियेवीण वाचाळता व्यर्थ आहे' ही उक्ती त्यांनी घरापासूनच आचरणात आणावी यात नवल कसले? दानाप्रमाणे तत्त्वज्ञानाचीही अंमलबजावणी आपल्या घरात प्रथम होणे हेच प्रामाणिकपणाचे लक्षण आहे.

आधुनिक मनुष्य म्हणून या गृहस्थांची गोष्ट सोडून दिली तरी शांतिब्रह्म म्हणून गाजलेले पूर्वीचे ऋषी तरी काय करीत असत? अलीकडच्या कित्येक वर्तमानपत्रांना दुसऱ्याची बदनामी करून बिनशर्त माफी मागण्याची जशी सवय लागलेली आहे, तसे जुन्या काळी अनेक ऋषींना शाप आणि उःशाप देण्यापुढे परमेश्वराचे स्मरणही होत नसे. शाकुंतलातील दुर्वासाचीच गोष्ट घ्या. स्वारी भिक्षा मागायला आली ती कण्वाच्या आश्रमात. एकादशीच्या घरी शिवरात्र म्हणतात ना? बरे, शकुंतलेचे लक्ष आपल्याकडे गेले नाहीतर मुलगी किवंडी असेल, या कल्पनेने थोडे जोराने ओरडायचे, फार तर तिच्या जवळ जाऊन तिला दोन संस्कृत शिव्या हासडायच्या! पण अरण्यात तपश्चर्या करताना आतल्या आत गिळलेल्या ऋषीच्या रागाला एवढे भान राहावे कुठून? दिलान् बेट्याने एक शाप आणि निघाला कमंडलू घेऊन.

मराठी भाषेच्या सूक्ष्मतेचे उदाहरण म्हणून 'शिव्याशाप' हा शब्द खरोखरच पुढे करण्याजोगा आहे. शाप म्हणजे देवभाषेत दिलेल्या भयंकर शिव्याच नव्हेत तर काय? आणि शाप देणाऱ्या ऋषीविषयीचा आपला आदर जर कमी होत नाहीतर शिव्या देणाऱ्या माणसांकडे आपण तुच्छतेने पाहणे रास्त होईल काय? 'बोलेल तो करील काय' ही म्हण लक्षात घेतल्यास शिव्या देण्यालाच उत्तेजन मिळणे जरूर आहे, हे सहज दिसून येईल. शिव्यांच्या रूपाने मनातील उष्णता बाहेर पडली म्हणजे तापानंतर जशी प्रकृती सुधारते, त्याप्रमाणे माणसाचे मनही शांत, किंबहुना प्रसन्न होते. काही लोकांच्या बाबतीत तर ही प्रतिक्रिया इतकी विलक्षण होते, की दुसऱ्यांना शिव्या दिल्याबद्दल लगेच ही माणसे स्वत:लाच शिव्या घालू लागतात. न्यूमोनियाचा ताप उतरताना नॉर्मलखाली जातो ना? तसे आहे हे!

'कुणालाही शिव्या देऊ नये' हे तत्त्वज्ञान जर जगाने खरोखरच अमलात आणले असते तर प्रत्येक देशातल्या खुनांची संख्या शतपटीने वाढली असती. एवढेच नव्हे तर एक महायुद्ध संपण्यापूर्वीच दुसरे महायुद्ध सुरू होत राहिले असते. गुण्यागोविंदाने नांदणारी कुटुंबे व प्रेमाने रंगून जाणारी जोडपी यांना आपल्या सुखाचे बरेचसे श्रेय उच्चारित-अनुच्चारित शिव्यांनाच द्यावे लागेल. मनाला लागणारा लाउडस्पीकर जर उद्या निघाला आणि अबोल्याच्या वेळी तो पतीने पत्नीच्या अगर पित्याने पुत्राच्या मनाला लावला, तर कानांवर पडणारे उद्‌गार ऐकून ही मंडळी स्तंभितच होतील. अर्थात, तोच लाउडस्पीकर बायकोच्या अगर मुलाच्या हातात मिळाल्यावर त्यांनाही हुबेहूब तोच अनुभव येईल म्हणा! या अनुभवाचा पहिला घोट कडू वाटला तरी शेवटचा घुटका मधुरच असेल असे मला वाटते. मनुष्यदेहाच्या दृष्टीने जग आज एकशेऐंशी कोटींचा समावेश करण्याइतके विशाल झाले असले तरी मनुष्यस्वभावाच्या दृष्टीने एकापेक्षा अधिक माणसांना पृथ्वी अपुरीच पडते. नऊ महिने एकजीव असलेल्या माय-लेकरांत अगर मधुरमीलनाने एकजीव झालेल्या प्रणयी दंपतीतसुद्धा कालांतराने विसंवाद उत्पन्न होतोच की! भांड्याला भांडे लागले, की आवाज व्हायचा अगर गारगोटीवर गारगोटी घासली, की ठिणग्या उडायच्याच! मग अगणित भिन्न स्वभावांच्या जगात माणसाच्या तोंडून एखादेवेळी शिव्या बाहेर पडल्या तर ते स्वाभाविकच नाही का?

मनुष्याला सुसंस्कृत करण्याच्या हेतूने जन्माला आलेल्या अनेक निषेधांपैकी 'शिव्या कुणा देऊ नये' हा एक आहे, हे मलाही मान्य आहे. पण ही निषेधाची मर्यादा लक्ष्मणाने सीतेला घालून दिलेल्या रेषेइतकी संकुचित असणे इष्ट आहे काय? गुलाबाच्या झाडाचे काटे काढून टाकून बिनकाट्यांचे गुलाब मिळवू पाहणाराच्या

पदरात काय पडेल, हे लहान मूलही सांगेल. कामक्रोधादी विकारांच्या बाबतीतले आपले सामाजिक व वैयक्तिक निषेध असेच नाहीत का? म्हणे, काम-क्रोध आणि मंडळी आपले षड्रिपु आहेत. मला वाटते ते आपले मित्रच आहेत. या सहा मित्रांत एवढाच दोष आहे की, त्यापैकी प्रत्येकजण विलक्षण स्वच्छंदी आहे; पण गवई, कवी, चित्रकार वगैरे कलावंत अगर वायुलहरी, पाखरे, बालके, इत्यादी निसर्गदेवतेची लाडकी अपत्ये स्वच्छंदी नि लहरी असतात म्हणून त्यांना कुणी दूर लोटतात की काय? उलट त्यांच्या सहवाससुखासाठी आपण अगदी हपापलेलेच असतो! नाही का?

कामक्रोधादी मंडळींची मी मनुष्याच्या मित्रवर्गात गणना केल्यामुळे अनेक नीतिभक्त माझ्याकडे साशंक दृष्टीने पाहू लागतील. 'मन आवरा', 'संयम करा', इत्यादी मंत्रांच्या शिळाछापाच्या भल्यामोठ्या जाहिराती आयुष्याच्या वळणावळणावर लावल्या नाहीत, तर माणसाच्या पशुवृत्तीला उत्तेजन मिळून प्रत्येक देशाला दंडकारण्याचे स्वरूप येईल, असेच या लोकांना वाटत असावे. आकाशात फिरणाऱ्या ग्रहांच्या टकरी होतील म्हणून त्यांना साखळदंडाने बांधून ठेवण्याची कल्पनासुद्धा त्यांना केव्हातरी सुचून गेली असेल. बिचाऱ्यांना हेही कळत नाही की, स्वच्छंदीपणाखेरीज संयमाला काही अर्थच नाही. मोटार सुरू होते न होते तोच ब्रेक लावणाराने प्रवासाच्या नादालाच लागू नये. 'कुणाला शिव्या देऊ नये' या हितोपदेशापासून तो 'परस्त्रीकडे पाहू नये' या उपनिषदापर्यंत इतके नकार नेहमी मनुष्याच्या कानांवर आदळत असतात, की आयुष्याच्या ग्रंथात नन्नाच्या बाराखडीखेरीज दुसरे काही नाहीच, अशी त्याची समजूत होऊ लागते. इतके नकारांचे घाव घालून तयार केलेल्या कृत्रिम देवापेक्षा नैसर्गिक मनुष्यच अधिक आनंददायक नाही काय?

मी आता देवावरच घसरतो, असे वाटून सारे नकारवाले नीतिभक्त एकजात मला शिव्या देऊ लागतील, हे मला ठाऊक आहे. त्यांच्या शिव्यांचे मी सप्रेम स्वागत करतो. त्या शिव्यांमुळेच त्यांची माझी समोरासमोर गाठ पडेल, तेव्हा मला चोप बसणार नाही, अशी माझी खात्री आहे.

१९३७

★

आपली पत्रे

कितीतरी दिवस उत्तर हिंदुस्थानच्या प्रवासाला जायचा बेत चालला होता माझ्या स्नेह्यांचा! उद्यापासून सकाळी लवकर उठायचे, नेहमी खरे बोलायचे, चहा सोडून द्यायचा, इत्यादी अनेक सुंदर संकल्प लहानपणी मी निजताना दररोज मनाशी करीत असे, पण तो उद्या अजून काही उगवलेला नाही. माझ्या स्नेह्यांच्या प्रवासाच्या संकल्पाचीही तीच दशा होते की काय, अशी मला भीती वाटू लागली होती. पण माझ्यापेक्षा त्यांचा संकल्प अधिक सत्य असल्यामुळे म्हणा अथवा मोहावर विजय मिळवण्यापेक्षा आगगाडीचे तिकीट मिळविणे ही अधिक सोपी गोष्ट असल्यामुळे म्हणा, ते एकदाचे प्रवासाला निघाले.

प्रवासातली विविध रमणीय स्थळे पाहताना माझे स्नेही किती रंगून जातील, याचे चित्र नकळत माझी कल्पना काढू लागली. प्रीतिलतेवरील अमरपुष्प असलेला ताजमहाल, व्यवहाराला भक्तीच्या जगाशी जोडणारा लक्ष्मणझुला आणि पुष्पाच्छादित काश्मीर व हिमाच्छादित गिरिशिखरे यांचे सौंदर्य चार घटकांत आत्मसात करणे कुणाला शक्य तरी आहे का? सुंदर ज्योतीच्या दर्शनाने पतंग वेडा होऊन तिच्या भोवती घिरट्या घालतो ना? मग ज्यांची मोहक वर्णने लहानपणापासून आम्ही तन्मयतेने वाचीत आलो होतो, ज्यांच्या दर्शनाकरता निद्रादेवतेने स्वप्नाच्या पुष्पक विमानातून आम्हाला अनेकवार दूरवर नेलेही होते, ज्यांच्या नुसत्या निर्जीव छायाचित्रांनी आमचे हृदय फुलून जात असे, ती सौंदर्याची निधाने पाहिल्यावर माझ्या मित्रांचे पाऊल तिथून पुढे पडेल हे शक्यच नव्हते. या दिव्य सौंदर्याचे दर्शन आपल्याला पुन्हा घडेल, याची शाश्वती कुठे असते? साध्या चांदण्या रात्रीचा आनंद लुटतानाही दत्त कवीने 'वारंवार! कोठुनी असे दिसणार' हे उद्‌गार काही उगीच काढले नाहीत.

सौंदर्याच्या सागरात माझे स्नेही एखाद्या पाणबुडीप्रमाणे विहार करीत असतील, त्यांना पृष्ठभागाचे आता भानही राहिले नसेल, अशा कल्पनेत मी दंग होतो. इतक्यात एके दिवशी मला त्यांचे पत्र आले. वर छाप काशीचा होता. माझ्या

डोळ्यांपुढे एकदम गंगेच्या विशाल प्रवाहातली पोहण्याची मौज आणि हिंदू विश्वविद्यालयाचा आश्चर्यकारक विस्तार उभा राहिला. लहान मूल नवे खेळणे मिळाले म्हणजे त्याच्याविषयी जसे एकसारखे आपल्या बोबड्या बोलांनी बोलत असते, त्याप्रमाणे माझ्या मित्रांनी काशीतल्या या सर्व रम्य गोष्टींचे रसाळपणाने पत्रात वर्णन केले असेल, अशा खात्रीनेच मी ते पत्र फोडले, पण त्याच्या आरंभीच्याच ओळी अशा होत्या : 'काल येथे आलो. लगेच तुम्हाला दिलेल्या पत्त्यावर जाऊन पत्राची चौकशी केली. पत्र नसल्यामुळे फार निराशा झाली.'

पत्रात येऊन जाऊन मी काय लिहिणार होतो त्यांना? 'इकडील सर्व क्षेम!' माणकूर आंब्यांच्या राशी ज्याच्यापुढे पडल्या आहेत त्याला शेंदाडाची फोड देण्यात स्वारस्य कसले? दररोज नवनव्या सुंदर स्थळांचे दर्शन घेणाऱ्या माझ्या मित्राला आवडेल, असे काही लिहिणे माझ्या आवाक्याबाहेरचे होते! म्हणून तर मी पत्र पाठविले नव्हते. पण माझे पत्र नसल्यामुळे त्याला चुटपुट लागली. प्रवासाच्या आनंदातही- थोडे का होईना- असमाधान उत्पन्न झाले. गॉर्कीच्या Her Lover या गोष्टीतील नायिकेला पूर्वी मी हसलो होतो! पण या वेळी त्या गोष्टीचे मर्म मला पूर्णपणे पटले. त्या कथेतील नायिका प्रियकराची पत्रे आपल्याला आली आहेत, अशा कल्पनासुखात दंग होते आणि दुसऱ्याकडून त्या काल्पनिक पत्रांची उत्तरे लिहून घेते. बाळपणी मुली बाहुल्यांना थोपटून आपल्या सुप्त मातृभावनेचे समाधान करतातच की नाही? गॉर्कीच्या गोष्टीतली कुरूप तरुणी तरी दुसरे काय करीत होती? काल्पनिक प्रेमपत्रांनी ती आपल्या तरुण मनाची तृषा शांत करीत होती.

तसे पाहिले तर त्या बिचारीला हसण्याचा माझ्यासारख्या सुखवस्तू मनुष्याला काय अधिकार आहे? एखाद्या दिवशी माझ्या नावाचे एकही पत्र नसले, तर मीसुद्धा क्षणभर उदासच होत नाही का? जणूकाही माझ्या नावाने पत्र आले नाहीतर मला दुपारी जेवायला मिळणारच नाही! आलेल्या पत्रांना उत्तरे घालताना कसे नाकी नऊ येतात! पण हा अनुभव असूनही, अमक्याचे पत्र अजून का आले नाही, ही विवंचना मन नेहमी करीत असते. या दृष्टीने पत्रे अपत्यासारखी असतात. आयुष्यात ती नसली तर मनुष्याला अगदी चुकल्या चुकल्यासारखे होते. असली की त्यांचा व्याप जिवाला पुरे पुरे करून सोडतो!

पत्रात लिहिण्यासारखे माझ्या किंवा माझ्यासारख्या मंडळींच्या आयुष्यात काहीच घडत नसते, पण माझ्या दत्तक आईला आणि बहिणीला लिहिता येत असते व त्यांच्या हातची पत्रे मला नियमाने येत असती, तर माझ्या आठवड्याच्या आनंदात कितीतरी भर पडली असती, असेच मला नेहमी वाटे! सुनेने अमक्या महिन्यात

सासऱ्याच्या दृष्टीला पडू नये, तमक्या महिन्यात सासूचे तोंड पाहू नये (हा नियम बाराही महिने असता तर अनेक सुनांना अधिक बरे वाटले असते!), इत्यादी जुन्या कल्पना आजच्या घटकेला तरी मला काव्यमय वाटतात! त्यामुळे बायको माहेरी जाऊन पती-पत्नींच्या पत्रव्यवहाराला केवढे प्रोत्साहन मिळत असेल? हो, पण एक गोष्ट विसरत होतो मी! पन्नास वर्षांपूर्वी लिहिता येणारी पत्नीच दुर्मीळ होती असे नाही, पोस्टाचे तिकीट तिच्या हाताला लागणे त्याहूनही दुर्मीळ होते!

पत्रे या आपल्या आयुष्यातील तारकाच होत यात शंका नाही. तारकांच्या तेजाने पृथ्वी काही प्रकाशित होत नाही, पण भयंकर अंधाराने बावरून गेलेल्या मनुष्याच्या मनाला त्यांचा केवढा धीर असतो आणि आधार वाटतो. मनुष्याच्या सुप्त मनात, या जगात आपण अगदी एकटे आहोत, ही कल्पना नेहमी जागृत असते असे मला वाटते. त्या कल्पनेने उत्पन्न होणारा विचित्र अस्वस्थपणा आपल्या आवडत्या माणसांची पत्रेच नाहीसा करू शकतात.

गडकऱ्यांच्या काव्यनाटकांतून इतक्या सुंदर कल्पना विखुरल्या आहेत, की उत्कृष्ट म्हणून त्यातील एकाच कल्पनेचा उल्लेख करणे कठीण आहे, असेच कुणीही रसिक म्हणेल. मला मात्र तसे वाटत नाही. नभोमंडळात अगणित तारका चमकत असल्या तरी शुक्राची चांदणी ओळखायला ज्योति:शास्त्राचे ज्ञान कशाला हवे? प्रेमसंन्यासमध्ये जयंत लीलेचे एकही शब्द नसलेले अगदी कोरे पत्र वाचीत आहे, असा जो प्रसंग आहे त्याची आठवण इतकी वर्षे झाली तरी मी अजून विसरलो नाही!

जगात माणुसकी नाही, असे अनेक उदाहरणे देऊन जेव्हा काही लोक सांगतात तेव्हा त्यांना कुणी पत्रेच लिहीत नसावे अगर पत्रांचा संग्रह न करण्याची अक्षम्य चूक त्यांनी केली असावी, अशी शंका मला येते. मी जेव्हा जेव्हा स्वत:वर किंवा जगावर कातावतो, तेव्हा तेव्हा माझ्या जुन्या पत्रांचे संग्रह काढून चाळू लागतो. आपलेपणा, आर्द्रता, सहानुभूती, स्नेह- पृथ्वीच्या पोटात कितीही खोल पाणी असले तरी ते बोअरिंगच्या यंत्राने वर आणता येते. पत्रेही मनुष्याच्या हृदयभूमीत लपलेले सर्व कोमल भाव असेच प्रगट करतात. परवा मी आजारी असताना माझ्या मैत्रिणीने मला पाठविलेले हे पत्रच पाहा ना! डॉक्टरांच्या इंजेक्शनपेक्षाही अधिक बरे वाटले मला त्याने!

माझ्या मैत्रिणीचे पत्र पाहा, असे मी म्हणून गेलो; पण त्या अशुद्ध पत्राला हसाल तुम्ही कदाचित. तुम्ही काही मित्र नाही तिचे! शिवाय ते पत्र जर जसेच्या तसे मी छापले तर गनिमी काव्याने मी माझी स्तुती लोकांना ऐकवीत आहे, असेही

मनात यायचे एखाद्याच्या! पण त्यातल्या त्या दोनच ओळी 'तुम्ही इथं या. खूप खूप हसू या आपण. हसण्यानं निराशेचं सारं वातावरणच आपण बदलून टाकू. तुमच्या येण्यानं आमच्यापैकी प्रत्येकाला किती आनंद होतो म्हणून सांगू?' या ओळी वाचताना प्रकृतीच्या अस्वास्थ्याला कंटाळलेल्या माझ्या मनाचे सांत्वन एक प्रौढ मैत्रीण करीत आहे, असे मला मुळीच वाटले नाही. अगदी निराळेच चित्र उभे राहिले माझ्या डोळ्यांपुढे. धावता धावता एक लहान मुलगा जमिनीवर पडतो आणि त्याचा गुडघा फुटतो. आपले रडे बाहेर फुटू नये म्हणून तो अगदी शिकस्त करतो, पण शेवटी शरीराचा मनावर विजय होतो. मुलगा ओक्साबोक्शी रडू लागताच त्याची बालमैत्रीण त्याच्याजवळ जाऊन हळूच म्हणते, 'अरे, ते बघ विमान!' तो वर पाहतो. विमान नाहीतरी मैत्रिणीचे प्रेमळ हृदय त्याला दिसते! तिला वाईट वाटू नये म्हणून तो हसतो आणि त्या आनंदात गुडघ्याच्या वेदना विसरूनही जातो. पत्रात प्रकट होणाऱ्या भावापेक्षाही त्यात लपलेले भाव असेच अधिक मोहक आणि काव्यमय असतात! अत्तराच्या एका थेंबात अनेक फुलांचे सुगंधसर्वस्व साठलेले असते. पत्रातले एकेक वाक्यही असेच असते. नाही का?

माझ्या खोलीत व्यवस्थित ठेवलेली काही पुडकी पाहून परवाच एका पाहुण्यांनी मला प्रश्न केला, "ही तुमची लेखांची हस्तलिखितं वाटतं?"

मी नुसता हसलो. मला माझ्या लेखनाचा फार फार अभिमान वाटत असावा, असा त्यांनी त्या हसण्याचा अर्थ केला. ते जरा मिस्कीलपणानेच म्हणाले,

"ही पुडकी सोडून तरी बघता का कधी?"

मी उत्तर दिले, "हो! नेहमी!"

त्यांच्या चेहऱ्यावर अर्थातच आश्चर्य दिसू लागले. "त्यांच्याइतकी सुंदर हस्तलिखितं साऱ्या जगात नसतील कुठंही!" या माझ्या उद्गारांनी तर त्यांच्या आश्चर्याचे रूपांतर प्रच्छन्न तिरस्कारातच झाले. ते मनात म्हणाले असतील, 'आत्मस्तुतीलाही काही मर्यादा आहे की नाही?'

त्यांना अधिक वेळ संशयात ठेवणे इष्ट नव्हते. मी एक पुडके सोडून त्यांच्यापुढे ठेवले. ते जवळजवळ ओरडलेच, "जुनी पत्रं!"

माझ्या संग्रहातल्या या पत्रांना कुणी खुशाल जुनी म्हणो, मला ती नित्य नवीनच वाटतात. कालाच्या कठोर स्पर्शाची भीती फुलांना असते, हिरेमाणकांना नाही. माझ्या आयुष्यातील कितीतरी अमर क्षणांचे सुंदर पुतळे या पत्रसंग्रहात आहेत. हे माझ्या बाळपणाच्या जिवलग मित्राचे पत्र! आपल्या कर्तबगारीने लक्षाधीश झाला आहे तो. माझा पत्ता अगत्याने मिळवून त्याने लिहिलेल्या या चार वेड्यावाकड्या ओळींत मूर्तिमंत

स्वर्ग अवतरला आहे! ही माझ्या पत्नीची पत्रे! असल्या नसल्या चुका काढकाढून मी थट्टा करीन म्हणून माहेरी गेल्यावर बिचारी दहा-पाच ओळीच लिहायला बसायची! पण शेवटी सुनीताचे रूपांतर खंडकाव्यात व्हायचे काही केल्या चुकत नसे! आणि ही माझ्या अनोळखी मित्रांची पत्रे. यांची-माझी तोंडओळखसुद्धा नाही. आगगाडीत एकमेकांशेजारी बसून कदाचित एक शब्दही न बोलता यापैकी कित्येकांबरोबर मी प्रवास केला असेल अगर पुढे करीनही, पण या पत्रांत मानवी हृदयांची केवढी तरी श्रीमंती सहजासहजी प्रकट झाली आहे. हे माझ्या आजोबांचे पत्र! दुसऱ्याकडून लिहवले होते त्यांनी, पण किती जिव्हाळा भरला आहे त्यात! लहानपणी मी अवखळपणे वागलो, म्हणजे ज्या प्रेमळ स्वराने ते मला जवळ बोलावीत, ज्या वत्सल स्पर्शाने ते माझ्या पाठीवरून हात फिरवीत, तो स्वर या टीचभर पत्रात मला ऐकू येत आहे, तो स्पर्शही अंगाला अगदी गुदगुल्या करीत आहे. आता आजोबांचा कुटलेला विडा खायला मिळणार, असा भासही हे पत्र पाहता पाहता मला होतो.

पत्रे ही जीवनातली भावगीते आहेत, हेच खरे! श्यामकांताचे अखेरचे पत्र वाचून अत्यंत करुणोदात्त मधुर गीत ऐकल्याप्रमाणे आपल्या भावना उचंबळून येत नाहीत का? ज्याला आप्तेष्टांना आणि मित्रमैत्रिणींना पत्रे लिहिण्याचा कंटाळा आला, तो म्हातारा झाला असे खुशाल समजावे. लेनिनला मी महापुरुष मानतो, याचे कारण त्याने दलित वर्गाचा कैवार घेतला, वरिष्ठ वर्गाने आपल्या मायावी मंत्रांनी दगड बनविलेल्या जनतेतून त्याने तेजस्वी माणसे निर्माण केली, हे एकच नाही! दुसरे तितकेच मोठे कारण आहे. कामाच्या चरकात रगडून जात असतानाही मित्रांना पत्रे लिहायला तो कधी चुकत नसे. अशाच एका पत्राच्या वेळी तो गॉर्कीला म्हणाला, "खेडेगावातल्या माझ्या मित्राला हे पत्र लिहितोय मी. त्याला तिथं फार एकटं एकटं वाटतंय— अगदी कंटाळून गेला आहे बिचारा! त्याला बरं कसं वाटेल, हे आपण पाहायला नको का?"

लेनिनने लिहिलेले हे पत्र जर मला मिळाले तर कालिदास, शेक्सपिअर, गॉल्सवर्दी, इब्सेन, कोल्हटकर, इत्यादिकांच्या माझ्या आवडत्या पुस्तकांशेजारी मी ते माझ्या कपाटात ठेवीन. मग ते अवघ्या चार ओळींचे का असेना! आणि हे जर खरे तर प्रवासातही माझ्या मित्राने माझ्या पत्राची आतुरतेने वाट पाहावी, हे स्वाभाविकच नव्हते काय? सृष्टी आणि कला या अमर पुष्पांनी नटलेल्या वेली खऱ्या! पण त्यांनाही जीवनवृक्षाचा आधार हवाच की!

१९३७

★

दोन चित्रे

शेक्सपिअरने आयुष्याला रंगभूमीची उपमा दिली आहे. माझे एक गंभीर स्नेही नेहमी 'संसार ही एक शाळा आहे', असे म्हणत असतात. या दोघांचीही मते मला पटत नाहीत. मला वाटते, जीवन हा एक खेळ आहे. मात्र तो कॅरमचा नसून, क्रिकेटचा आहे. आयुष्याच्या मार्गावरील चढउतार, वळणेवाके आणि खडेकाटे लक्षात घेऊनही ही उपमा बरोबर आहे, असेच मी म्हणेन. क्रिकेट हा योगायोगाचा खेळ आहे, हे खरे ना? जीवनही तसेच नाही का? प्रवास कंटाळवाणा होईल, असे वाटत असताना आगगाडीत अचानक एखादा बाळमित्र भेटावा अथवा विशिष्ट व्यक्तीला चुकविण्याकरिता आडरस्त्याने जायला लागावे, तो तीच स्वारी दत्त म्हणून पुढे उभी राहावी, असे अनुभव कुणाला आलेले नाहीत? आतापर्यंत मला दोनदा सर्पदंश झाला. पहिल्या वेळी अंधारात चालणाऱ्या आठ लोकांत मी अगदी शेवटी होतो आणि दुसऱ्या खेपेला चौघांत पहिला होतो. योगायोगाशिवाय दुसऱ्या कोणत्या रीतीने असल्या आपत्तींची उपपत्ती लागणार? आणि म्हणूनच ज्योतिषावर विश्वास नसतानासुद्धा मला मधूनमधून असे वाटते की, दैवाला मनुष्याच्या दैनंदिन आयुष्याशी खेळण्यातही विलक्षण मौज वाटत असावी! एखादेवेळी मांजर उंदराला खेळविते, तसे ते क्रूरपणाने वागते; तर दुसऱ्या वेळी लहान मूल लपंडाव खेळते, त्याप्रमाणे ते गमतीने रंगून जाते.

परवाचीच गोष्ट पाहा ना. कोल्हापुरात आल्यावर कोणते चित्रपट पाहायला मिळतील, याची काहीच कल्पना मला नव्हती. पण योगायोगाने May-Time हे चित्र त्यावेळी लागले आणि मी ते पाहिले. चित्रपटसृष्टीतील टेंपो, मिक्सेस, फेड आउट वगैरे अनेक शब्द माझ्या परिचयाचे झाले असले व त्यांचे मराठी प्रतिशब्द बनवून आपली विद्वत्ता सिद्ध करण्याचा मार्ग मला मोह पाडीत असला तरी ते चित्र पाहून मला काय वाटले, याचे वर्णन 'वासंतिक धुंदी घोटाळे अजुनी डोळ्यांत' या एका ओळीने करणेच मला बरे वाटते. ते चित्र मी पाहिले, त्या दिवशी मला वाटले की, इतकी आकर्षक दृश्ये कितीतरी दिवस आपल्याला पुन्हा पाहायला मिळणार नाहीत, पण

खेळकर दैव थोडेच स्वस्थ बसते! दुसऱ्याच दिवशी Mutiny on the Bounty हे चित्र पाहण्याचा योग आला. 'मे टाइम'शी या चित्राचे काडीचेही साम्य नव्हते. कुठे मे पोल भोवतीचे आबालवृद्धांचे आनंदनृत्य आणि कुठे वादळाच्या राक्षसी जबड्यात भीतीने थरथर कापणाऱ्या नौकेतील माणसांची धावपळ! 'मे टाइम'मध्ये गाण्याच्या मोहिनीने एकत्रित आणलेल्या कलावंतांची करुण प्रेमकथा होती, तर 'म्युटिनी ऑन दी बाउंटी'मध्ये घराला दुरावलेले खलाशी आणि एका बेटातील वन्य तरुणी यांच्या योगायोगाने पडलेल्या गाठीतच काय ते प्रणयाचे पुसट दर्शन होते. मृतालाही फटक्यांची शिक्षा फर्मावण्यापर्यंत मजल गेलेला बाउंटीचा कॅप्टन आणि मत्सराच्या ज्वालेचा भडका कुणालाही दिसू नये, म्हणून पाठमोरा उभा राहून पिस्तुलाचा विचार करणारा मे टाइममधील नायिकेचा पती यातही काय थोडे अंतर आहे? एक चित्र अणुरेणूंना फुलविणाऱ्या फुलांचे होते तर दुसरे अंतराळाला ग्रासू पाहणाऱ्या पर्वतमय लाटांचे होते.

पण हे दुसरे चित्र पाहून घरी परत येताना आदल्या दिवशीइतकेच माझे मन प्रफुल्लित झाले. डोळ्यांतील वासंतिक धुंदी उतरायच्या आधीच वर्षाकाळाचा उन्माद तेथे नाचू लागला. माझ्या मनात आले, फेस ही लाटांची फुलेच नाहीत का? मे पोल आणि जहाजाचे शीड यात कितीतरी साम्य आहे! लाटांवर हेलकावे खाणारी नौका हा आकाशाला न टांगलेला असा झोलाच नाहीतर काय? दोन्ही चित्रांतल्या अनेक गोष्टींत बाह्यत: विरोध असला तरी अंतरंगांत साम्य आहे, असे मला भासू लागले आणि मला वाटले, 'हे चित्र पाहा आणि हे चित्र पाहा,' असे उद्‍गार काढणारा शेक्सपिअर खरोखरच चुकला! बाप व चुलता यांच्या चित्रांकडे बोट दाखवून आईची निर्भर्त्सना करताना हॅम्लेट वरील उद्‍गार काढतो. हॅम्लेटच्या आईने नवऱ्याला विष घालण्याच्या कामी दिराला साहाय्य करून नंतर त्याच्याशी लग्न केले, ही गोष्ट मानवी भावनांच्या दृष्टीने किळसवाणी तर खरीच! पण शेक्सपिअरने हॅम्लेटच्या तोंडून आपल्या चुलत्याच्या रूपाची जी निंदा करविली आहे, ती काही त्यामुळे बरोबर ठरत नाही. तो एक कुरूप कावळा असता तर ही हंसी त्याच्या प्रेमापायी इतकी पागल झालीच नसती! हॅम्लेटच्या बापाचे शूरसुंदर व धीरगंभीर म्हणून वर्णन करायचे ठरताच, शेक्सपिअरने त्याच्या चुलत्याला जगातला सगळा कुरूपपणा बहाल केला! जणूकाही अंतरंगाचा विलक्षण विरोध असूनही, दोन चित्रं सुंदर असूच शकत नाहीत!

बाकी शेक्सपिअरला दोष देण्यात फारसा अर्थ नाही म्हणा. मनुष्यस्वभावच तसा आहे. आपल्या आवडीची गोष्ट आपल्याला सुंदर भासते! एवढेच नव्हे तर

तिच्यापेक्षा निराळ्या असलेल्या गोष्टी आपल्याला वाईट दिसू लागतात. 'आपला तो बाब्या आणि लोकांचा तो कारटा' ही म्हण काही केवळ आईच्या अंधप्रेमामुळेच जन्माला आली नाही. तिचे मूळ सारे जग आपल्या मनाइतके संकुचित करून घेणाऱ्या मानवी मनोवृत्तीत आहे. माझ्या लहानपणी विद्यार्थिवृंदात टिळक-गोखले वाद जोरजोराने चालत असे. त्यावेळी टिळकभक्त गोखल्यांवर जो चिखल उडवीत असत आणि गोखल्यांचे अनुयायी टिळकांवर जे निखारे फेकीत, त्यांची आठवण झाली म्हणजे मनुष्य इतका मूर्ख कसा होतो, याचे आता मला आश्चर्य वाटू लागते!

पण हे आश्चर्य लवकरच ओसरते. मनुष्याचे मन हे इसापनीतीतल्या बेडकासारखे आहे की काय, कुणाला ठाऊक! तो बेडूक बैलाइतका मोठा व्हायला निघाला आणि पोट फुटून मेला. मानवी मन जगाइतके व्यापक व्हायला निघाले तरी त्याची शक्ती मधेच कुठेतरी संपते. नुकतेच माझ्या एका चित्रकार मित्राने सुरंगीच्या माळा रस्त्यावरून विकत जाणाऱ्या एक मुलीचे चित्र काढले. फार आवडले ते मला. त्या चित्राची स्तुती करता करता मी म्हणालो,

"या नाजूक फुलांमुळे या चित्राला किती सौंदर्य आलं आहे!"

"फुलांचा काय संबंध आहे इथं?" त्याने प्रश्न केला.

"म्हणजे?" मी म्हटले.

"फुलांऐवजी दुसरी वस्तू रंगवूनही चित्र इतकंच सुंदर वठलं असतं!"

मी पडलो फुलांचा शोकी! मला ते खरेच वाटेना! शेवटी प्रकरण पैजेवर आले! आणि चार दिवसांनी मी पैज हरलो. माझ्या मित्राने दुसऱ्या चित्रातही हुबेहूब तशीच मुलगी काढली होती. फक्त तिच्या हातात फुलांच्या माळांऐवजी माशांच्या गाथणी दिल्या होत्या. त्या दोन्ही चित्रांत अधिक सुंदर कोणते, याचा निर्णय अजूनही मला करता येत नाही.

जग हेही एक आदि आणि अंत नसलेले चित्रमंदिर आहे. या मंदिरातला संपूर्ण आनंद एका चित्रात रंगून दुसऱ्या चित्राकडे ढुंकूनही न पाहणाराला कधीच मिळत नाही. गांधीजींचे सत्याचे प्रयोग वाचण्यात आल्हाद आहे आणि ठगाची जबानी वाचण्यात काय मौज नाही? लहान मुलांचे पापे घेताना ओठांमध्ये जो लुसलुशीत गोडवा उत्पन्न होतो, त्याच्याशी आजारी आईचे पाय चेपताना होणाऱ्या सुखाची तुलना करणे काय सर्वस्वी चुकीचे ठरेल? माझे दोन स्नेही आहेत. त्यापैकी एक इतके बोलके आहेत की, त्यांच्या तोंडाला घालायला कुलूप कुठून आणावे, हेच मला कळत नाही. दुसरे इतके अबोलके आहेत की, त्यांच्या तोंडाला स्वभावाने घातलेल्या कुलपावर कोणती किल्ली चालेल, याचा कधीच उलगडा होत नाही.

पण दोघेही माझे जिवलग स्नेही आहेत, यात शंका नाही.

जेव्हा जेव्हा त्यांच्या या स्नेहभावाचा मी विचार करतो, तेव्हा तेव्हा मला असे वाटते की, जगातली अनेक दुःखे मनुष्याच्या एकांगीपणानेच निर्माण झाली आहेत. कित्येकांना वसंत ऋतू फार आवडतो, पण पावसाळ्याचा त्यांना इतका तिटकारा असतो की बोलून सोय नाही. बिचाऱ्यांच्या हे लक्षातही येत नाही, की वसंतात फक्त झाडांनाच पालवी फुटत असेल! पण वर्षाकाळात डोंगरावरले दगडसुद्धा पाझरतात. सूर्योदयाइतकाच सूर्यास्तही सुंदर असत नाही का? गालावरली खळी आणि चेहऱ्यावरील सुरकुती यांचे महत्त्व चित्रकाराच्या दृष्टीने सारखेच आहे आणि म्हणूनच शेक्सपिअरच्या प्रतिभेविषयी अतिशय आदर असूनही 'हे चित्र पाहा आणि हे चित्र पाहा' या त्याच्या सुप्रसिद्ध उक्तीत मी एका अक्षराचा बदल अवश्य सुचवीन. मी म्हणेन, 'हे चित्र पाहा आणि हेही चित्र पाहा!'

१९३७

★

शास्त्रीय सत्य

"संध्याकाळीच माणसं फिरायला का जातात?" मी मुलांना प्रश्न केला. विशिष्ट उत्तरांऐवजी मुलांची विचार करण्याची पद्धत पाहायची होती मला. वाटेल ते व्यावहारिक उत्तर स्वीकारण्याची मी मनाची तयारी करून ठेवली होती. दुपारी बाहेर पडले तर छत्री डोक्यावर धरण्याचा उपद्व्याप करावा लागतो, रात्री फेरफटका करायचा म्हटले तर दिव्याची दगदग चुकत नाही, अशी उत्तरे कुणी दिली असती तर तीसुद्धा मी आनंदाने मान्य केली असती. असली उत्तरे म्हणजे नाचऱ्या पावसाच्या सरीच! पावसाने ओलेचिंब करून टाकले तरी तो अंगावर घेण्यात एक प्रकारचा उन्मादक आनंद असतोच की नाही?

पण पावसाऐवजी वीज अंगावर पडली तर तिचे कौतुक कोण करील? त्या मुलांच्या म्होरक्याने वाईट भविष्य सांगणाऱ्या ज्योतिष्याप्रमाणे चिंताक्रांत चेहरा करून जे उत्तर दिले, ते ऐकून मी थक्कच झालो! 'संध्याकाळचे सूर्याचे किरण लंब नसून वक्र असल्यामुळे- किरणांच्या रंगांचा परिणाम- त्या हवेमुळे फुप्फुसे शुद्ध होतात म्हणून माणसे संध्याकाळी फिरायला जातात!' हे अगर असलेच काहीतरी शब्द त्याच्या तोंडातून बाहेर पडले. निद्रित बालकाच्या स्मिताप्रमाणे भासणाऱ्या मंदशीतल वायुलहरी अगर फार दिवसांनी भेटणाऱ्या पतीच्या स्वागताकरिता हे गुलाबी पातळ नेसू, की तो अस्मानी शालू नेसू, अशा कोड्यात पडलेल्या रमणीप्रमाणे दिसणारी संध्याराणी यांचे काव्यमय वर्णन त्याने करायला हवे होते, असे मी म्हणत नाही; पण वृद्धाच्या दृष्टीप्रमाणे क्षणोक्षणी निस्तेज होत जाणारे व त्यामुळेच आपल्या कारुण्याने मन आकर्षून घेणारे ऊन, घरट्यांच्या ओढीने उडणारे पाखरांचे थवेच्या थवे, अशा काही दृश्यांचा उल्लेख तो करील, असे मला वाटले होते. पण- पण काय? त्या अभ्यासू मुलाचे आरोग्यशास्त्र नुकतेच पुरे झाले होते असे दिसले. आकाशात चमकणाऱ्या चांदणीपासून पृथ्वीवर लवलवणाऱ्या गवतापर्यंत त्याच्या शास्त्रीय दृष्टीला रम्य असे काहीच दिसले नाही. त्याला फक्त फिरायला जाणाऱ्या माणसांची फुप्फुसे दिसत होती! त्यावेळेला त्याला मी जर ओरडण्याची परवानगी दिली असती तर त्याने

शास्त्रीय सत्य । ३७

खास गर्जना केली असती, 'शुद्ध हवा की जय! फुप्फुसे झिंदाबाद!'

अज्ञानासारखे सुख नाही, हे अशावेळी खरे वाटू लागते. यक्षगंधर्वांच्या अद्भुत सृष्टीत वावरण्याचे ज्या मुलाचे वय, त्याने रमणीय सायंकालाची स्तुती आरोग्यशास्त्राच्या आधारे करावी! शास्त्रदृष्टी जर काव्यदृष्टीला इतकी मारक होत असेल तर मानवजातीच्या आनंदात ती भर घालू शकेल का? अधू डोळ्यांच्या बापाचा आनुवंशिक सिद्धान्तावर विश्वास असू नये, असे मी म्हणत नाही! पण पहिल्या अपत्याच्या वेळी ते अंधळे होईल की काय, या चिंतेनेच जर तो ग्रस्त झाला तर हा विश्वास दुःखदायकच नाही का ठरणार? वैद्यकी शिकल्यामुळे जन्माचे रोगी झालेले कित्येक लोक मी पाहिले आहेत. त्यांच्या प्रकृतीत थोडीशी चलबिचल झाली की, त्यांच्याभोवती थर्मामीटर, स्टेथॉस्कोप आणि मंडळींची धावपळ सुरू झालीच म्हणून समजावे. अशावेळी शास्त्राची किंमत शून्य वाटू लागते आणि शून्याने केवढ्याही मोठ्या रकमेला गुणिले तरी हाती शून्यच यायचे, हा नियम बीजगणिताप्रमाणे जीवनातही सत्य आहे.

शास्त्र, नीती, ज्ञान, सत्य, वगैरेंचे मानवी जीवनात केवढे प्रस्थ आहे! पण देवता म्हणून ज्यांची आपण पूजा करतो, ती तत्त्वे जर उरावर बसणाऱ्या भुतांसारखी वागू लागली तर या साऱ्या देवतांचे विसर्जन करण्यातच आपले कल्याण नाही काय? इब्सेनच्या 'वाइल्ड डक' नाटकातील नायिकेचा लग्नापूर्वी चोरटा प्रेमसंबंध असतो. नायकाला हे ठाऊक नसते. लग्नदिवसापासून त्याची पत्नी त्याच्यावर इतके उत्कट प्रेम करीत असते, की त्या शीतल विंझणवाऱ्यामुळेच गरिबीच्या उन्हाळ्यातही त्याच्या मनाची काहिली होत नाही. पुढे फार वर्षांनी त्याच्या भेटीला आलेल्या त्याच्या दोस्ताला आपल्या मित्राच्या या कौटुंबिक अज्ञानाची कीव येते! तो त्याचा संसार सत्याच्या पायावर उभारण्याकरिता पत्नीचे रहस्य त्याला सांगतो. सत्य कसले? सत्यनाश करणारा सुरुंगच तो! त्याच्यामुळे त्या सुखी संसारमंदिराच्या क्षणात ठिकऱ्या ठिकऱ्या उडून जातात!

असले नग्न सत्य घेऊन काय करायचे आहे? किंबहुना, माणसाप्रमाणे सत्यही वेषभूषेनेच अधिक आकर्षक होते, असे मला वाटते. डॉक्टरांपुढे लाज उपयोगी नाही, त्याप्रमाणे शास्त्रचर्चा करताना अगदी शंभर नंबरी सत्य खुशाल वापरा! पण सुखदुःखांच्या लाटांवर नाचणाऱ्या मानवी जीवनाच्या नौकेला असल्या शास्त्रशुद्ध भरताडीची जरूर आहे, हे पटतच नाही मुळी मला. मनुष्य माकडापासून झाला, असे डार्विन म्हणतो. कबूल! बिनशर्त मान्य! पण या शास्त्रीय सत्याची आठवण

भावी वधू निवडण्याच्या वेळी जर एखाद्या तरुणाला होऊ लागली तर आमरण ब्रह्मचारी राहण्याशिवाय दुसरा मार्गच उरणार नाही त्याला!

याचा अर्थ शास्त्र आणि त्याच्यामुळे प्रकाशित होणारे सत्य जगाच्या संसारातील अडगळीच्या खोलीत फेकून द्यावे, असा मात्र मुळीच नाही. शास्त्रीय सत्ये ही मानवी जीवनाच्या सागरातील मोत्ये आहेत, हे मलाही पटते. मोत्यांची कुडी मिळेनाशी झाली तर कानांची अग्रे झाकणाऱ्या केशरचनेने कान सपशेल झाकून टाकण्याच्या फॅशनमध्ये रूपांतर करण्याचा भयंकर प्रसंग रमणीगणावर येईल, हेही मी मान्य करतो. पण समुद्रात मोत्ये असली तरी ती पाणबुड्यांनी ठरावीक वेळीच काढायची असतात. सागरलहरींचा गरबा नाच पाहायला गेलेल्या प्रेक्षकाने ती मोत्ये काढण्याचा अट्टहास धरणे वेडेपणाचे नाही का होणार? 'कुणी गोविंद घ्या, कुणी गोपाळ घ्या' म्हणून लाटा टिपऱ्यांनी खेळत असताना त्यांच्या तालावर गुंगत राहायचे सोडून एखादा पोहणारा जर मोत्यांचा शोध करायला लागला तर त्याच्या हाताला वाळूखेरीज दुसरे काय लागणार?

तुकाराम व्यापारात का बुडाला, याचे कारण 'सुख पाहतां जवापाडें! दुःख पर्वताएवढे' या त्याच्या एका ओळीवरूनसुद्धा स्पष्ट दिसून येईल. साध्या सुखदुःखाचे मोजमापसुद्धा बिचाऱ्याला बरोबर करता येत नव्हते! दुःख पर्वताएवढे असते तर त्याच्याखाली चिरडून गेलेल्या मानवजातीने प्रलयकाळ जवळ आणण्याकरिता हरएक प्रयत्न केले असते. काय म्हणे, सुख जवाएवढे! ईश्वरसाक्ष खोटे बोलणारा साक्षीदार तरी याच्यापेक्षा अधिक खोटे असे काय सांगू शकेल! गळून गेलेल्या शरीराला मातेच्या प्रेमळ स्पर्शाप्रमाणे भासणाऱ्या निद्रेचे सुख ज्याने अनुभविले नाही, असा एक तरी मनुष्य जगात आहे का? पहिल्या झोपेनंतर थोडीशी जाग आली असताना गंधर्वनगरीप्रमाणे दिसणारी चांदणी रात्र, प्रात:काळी आपल्याबरोबर डोळे उघडून आनंदाने हसणारे आकाश, दुपारच्या वेळी रुसून बसणाऱ्या पोटाची समजूत घालणारी गोड भाकरी, यापैकी एक एक गोष्ट म्हणजे सुखाचे कारंजेच नाही का? जनसमूहाने जयघोषाने चालविलेले भजन ऐकताना अगर एखाद्या लहान मुलाचा मुका घेताना होणारा आनंद दुःखाच्याच खाती जमा करायचा की काय? जगातल्या सुखदुःखाचे उदाहरण सोडविताना तुकोबांचे उत्तर सपशेल चुकले, याचे कारण त्यांची परमार्थाकडे लागलेली दृष्टी हेच होय आणि परमार्थ हे तर त्या काळातले एकमेव शास्त्रीय सत्य होते.

शास्त्रीय दृष्टी हवी, पण तिने काव्यदृष्टीची हकालपट्टी मात्र करू नये, हा माझा

अट्टहास अनेकांना वेडेपणाचा वाटतो. ते म्हणतात, 'एका म्यानात दोन तलवारी कधी राहिल्या आहेत का?' मी त्यांना उत्तर देतो, 'कधीकधी सवती सवती गुण्यागोविंदानं नांदताना दिसतातच की नाही?' पण या वकिली उत्तराने ज्यांचे समाधान होणार नाही त्यांची समजूत खालील युक्तिवादाने खास पटेल. 'शास्त्रीय दृष्टी म्हणजे शंकराचा तृतीय नेत्रच, नाही का? पुराणात तरी असं वर्णन आहे की, शंकराचा हा तिसरा डोळा नेहमी मिटलेलाच असे. मदनानं अगदी छळ आरंभिला, तेव्हा कैलासनाथानं तो उघडला, हे खरं! पण तो किती वेळ? क्षणभरच! त्रिभुवनसुंदर गौरीची मूर्ती पुढं उभी राहिल्यावर तिसरा डोळा उघडा ठेवण्याइतका भोळा म्हणून गाजलेला शंकरसुद्धा खुळा नव्हता!'

१९३५

★

अगदी चवताळूनच उठलो मी अंथरुणावरून! डोळ्याला डोळा लागला नाही, तो कुठल्याशा भुंग्याने माझ्या खोलीत प्रवेश करून आपली घरघर सुरू केली होती. भुंग्याच्या आवाजाला 'गुंजारव' म्हणून पहिल्यांदा संबोधणारा कवी बराचसा बहिरा असला पाहिजे, अशी माझी खात्री होऊन गेली. माझ्या मच्छरदाणीवर येऊन जेव्हा त्याने आपले गायन सुरू केले, तेव्हा मला तर विमानच खाली उतरू लागल्याचा भास झाला.

माझे डोळे अगदी पेंगळून गेले होते- आणि हा गावठी ग्रामोफोन बंद होण्याचे तर काहीच लक्षण दिसेना! ताडकन उठलो, केरसुणी पैदा केली आणि भृंगराजांचा पाठलाग करून त्यांना यमसदनाला पाठवून दिले! आता शांत झोप येईल, या आशेने अंथरुणावर मी अंग टाकले, पण निद्रा ही प्रीती आणि कीर्ती यांची सख्खी बहीण आहे. अगदी मुलखाची लहरी! मी पाठशिवणीचा खेळ खेळू लागताच तिने लपंडावाचा आश्रय केला.

या कुशीवरून त्या कुशीवर होताना एकदम त्या मघाच्या भुंग्याची मला आठवण झाली. वाटले, त्या बिचाऱ्याला उगीच मारले मी! त्यापेक्षा मीच कानांत कापसाचे बोळे घालून निजलो असतो तर निदान अहिंसाव्रताचे पालन केल्याचे श्रेय तरी मला मिळाले असते. मी भुंग्याला मारले, ही एकच गोष्ट काव्याला ओहोटी लागली आहे हे सिद्ध करायला उद्या पुरे होईल. एवढा शूर दुष्यंत राजा! पण शकुंतलेला त्रास देणाऱ्या भुंग्याला मारायला काही त्याचा हात धजला नाही! उलट, दुष्यंताचे शिफारसपत्र घेऊन तो भुंगा कुठेही गेला असता तरी त्याला सहज नोकरी मिळाली असती. कारण प्रसंगी इंद्राच्याही साहाय्याला जाणारा पराक्रमी दुष्यंत त्याला अशी शरणचिठ्ठी लिहून देतो -

वीरा भ्रमरा, जन्मुनि सार्थक केलें तूं या जगीं।
बसलों विचारांत आम्हि उगी।।

 संकेत

कदाचित माझ्या खोलीत आलेला भुंगा दुष्यंताच्या कृपेने

कण्वाच्या आश्रमात जिवंत राहिलेल्या भुंग्याचाच औरस अगर दत्तक वंशज नसेल कशावरून? दुष्यंताचीच गोष्ट कशाला हवी? सारे संस्कृत काव्यवाङ्मय पाहावे. भुंग्यांच्या विपुल उल्लेखांवरून त्याला उद्यानाची उपमा देण्याचा मोह कुणालाही होईल. बरे, शपथेला एका श्लोकात तरी भुंगा त्रासदायक असतो असे एखाद्या कवीने म्हणायचे होते! छे! झाडून साऱ्या संस्कृत कवींचे या भुंग्यावर अगदी अंधप्रेमच असावे!

> रात्रिर्गमिष्यति भविष्यति सुप्रभातम्
> भास्वान् उदेष्यति हसिष्यति चक्रवाकम्
> कोशंगते मनसि चिन्तयति द्विरेफे
> हा हन्त हन्त नलिनीं गजमुज्जहार॥

हा श्लोकच पाहा ना! कमळ संध्याकाळी मिटते, हे काय कमलिनीत अडकलेल्या या श्लोकातल्या भुंग्याला ठाऊक नव्हते? दिवस मावळला तरी हा मूर्ख राहिला कशाला तिथे? 'मोहाचा परिणाम असाच सर्वनाशात व्हायचा', असे काहीतरी सनातन तात्पर्य या भुंग्याच्या उदाहरणावरून निघत असताना, या श्लोककाराने त्याला अगदी हुतात्मा करून टाकले आहे! तुरुंगातून बाहेर सुटणाऱ्या चोराचे देशभक्त म्हणून स्वागत व्हावे, अशातलाच हा प्रकार नाही का?

विक्रमोर्वशीयात ऊर्वशीच्या विरहाने वेडा झालेला राजा भुंग्याला तिची माहिती विचारतो, तीसुद्धा किती अदबीने! हंसाला तो म्हणतो, 'हंस प्रयच्छ मे कान्ता'. पण भुंगा दिसताच स्वारी नरमते. 'मधुकर मदिराक्ष्याःशंस तस्याः प्रवृत्तिम् आणि म्हणे, 'तू तिला पाहिली असतीस तर या कमळावर तू आसक्तच झाला नसतास'. तिसरा एक कवी भुंग्याला म्हणतो-

> अपसर मधुकर दूरं परिमलबहलेऽपि केतकी गन्धे ।
> इह नहि मधुलवलाभोऽस्ति- ।

पाहा, आधी सुगंधी केवड्याची निंदा आणि ती एका काळ्या, कर्णकटु आवाज करणाऱ्या विचित्र प्राण्याकरिता! फौजदारी वकीलसुद्धा अशी गोष्ट करायला तयार व्हायचा नाही! आणि या कवींनी - भावनेचा टेंभा मिरविणाऱ्या या प्रतिभावंतांनी भिकारड्या भुंग्यावर पदोपदी स्तुतिसुमने वाहावीत! बिचाऱ्यांच्या ध्यानीमनीही आले नसेल, की या सुमनातला मधु संपताच हे भुंगे पुन्हा

त्यांच्याकडे ढुंकूनही पाहणार नाहीत!

संस्कृत कवींच्या या भृंगभक्तीचे मला तरी एकच कारण दिसते- संकेतप्रियता, अगदी अंध अनुकरण! कुणातरी एका कवीला कुठल्या तरी एका वेळेला भुंग्याचा गुंजारव आवडला आणि त्याच्या कमळावरील आसक्तीचे कौतुक वाटले! झाले, भुंगा काळा असतो की गोरा असतो, त्याचे गायन ठुमरीसारखे लागते की तराण्यासारखे भासते, सुंदर चतुर प्राणी म्हणून प्राणिसृष्टीत तरी त्याला काही विशेष किंमत आहे की काय, याची चौकशी कोण करतो? साऱ्या कवींनी भुंग्यांची स्तुतिस्तोत्रे गायला सुरुवात केली. जो जो भुंग्याचा काव्यात अधिक उल्लेख होऊ लागला, तो तो वृत्त, कल्पना, भावना याप्रमाणे तोही काव्याचा एक आवश्यक घटक होऊन बसला. कवींचे बहुमत भृंग पक्ष्याकडे वळले. मग बहुमत हा अनेकदा मूर्खांचा बाजार होऊ शकतो, याची दखल कोण घेणार?

भुंग्यांविषयींच्या पक्षपातामुळे कवींनी ज्या अनेक प्राण्यांवर अन्याय केला आहे, त्यातील पाचच माझे साक्षीदार म्हणून मी पुढे करतो. दिव्याभोवती रात्री प्रदक्षिणा घालणारी चिमणी फुलपाखरे कुणी पाहिली नाहीत? दिवसा बिचारी पोटाच्या पाठीमागे लागून गवताच्या फुलांच्या भोवतीसुद्धा पिंगा घालीत असतील! पण दीपज्योतीबरोबर त्यांची आत्मज्योतीही प्रज्वलित होते. त्यांना पाहिले की, रजनी ही ध्येयाची माता आहे, हे तत्काळ पटू लागते. त्यांच्या त्या दिव्याभोवतालच्या प्रदक्षिणा- शिळेवर उभी राहिलेली सतीच काय ती त्यांच्याशी त्यागाच्या बाबतीत स्पर्धा करू शकेल आणि त्यांच्या त्या चिमण्या पंखांचे चित्रविचित्र मोहक रंग— मागे बडोद्याला आम्ही जवाहीरखाना पाहण्याकरिता गेलो होतो आणि परवा मुंबईच्या एका दुकानदाराने तर विविध रंगांच्या आणि किनारींच्या जरीच्या पातळांच्या चक्रव्यूहातच मला एकदा कोंडले होते; पण या दोन्ही वेळी माझ्या नेत्रांनी अनुभवलेले रंगसौंदर्य माझ्या दिव्याभोवती बागडणाऱ्या फुलपाखरांकडे पाहिले, की मला अगदी फिके वाटू लागते.

मी मुद्दामच सुंदर प्राण्याचे उदाहरण घेतले, असे तुम्हाला वाटत असेल. मासा काही पतंगाइतका मोहक असत नाही, पण विरहाचे वर्णन करताना 'जळाविण जैशी मासोळी' असे म्हटले, की कवींचा माशांशी संबंध संपला! तरुणांच्या मनांतील प्रेमभावनांच्या नाजूक हालचालींप्रमाणे पाण्यात चाललेली त्यांची खळबळ सोडून द्या! पण जाळ्यातून बाहेर काढल्यावरही तडफडताना, अगदी प्राण सोडतानाही, त्यांच्यातले खापीसारखे मासे विद्युद्दीपाप्रमाणे- अगदी

हिऱ्यासारखे चमकतात, हे कितीशा कवींना ठाऊक असेल? त्यांची ती चमक देशाकरिता फासावर चढणाऱ्या वीरांच्या नेत्रांतील उज्ज्वल दीप्तीइतकीच आकर्षक असते.

सौंदर्याचा वरदहस्त तर राहू द्याच, पण साधा स्पर्शही ज्यांना झालेला नाही, अशा प्राण्यांचा परामर्शसुद्धा काही कमी काव्यमय होणार नाही! हा पाहा कोळी! 'मॉडर्न रिव्ह्यू'मधील बंगाली चित्रावरूनच त्याने आपले शरीर बनविले आहे, असा एखाद्याला भास व्हायचा! ते काही का असेना! याचा स्पर्श मला नको असला तरी माझ्या खोलीच्या कोपऱ्यात त्याने आपला जो नवा बंगला बांधला आहे, तो जमीनदोस्त करण्याला मी काही आमच्या मोलकरणीला परवानगी देणार नाही! माझ्या मच्छरदाणीला मानवी भावना असत्या तर या कोपऱ्यातील कलाकौशल्याला लाजून ती केव्हाच उशीत तोंड खुपसून बसली असती! त्या दिवशी टेकडीवरच्या रस्त्यावर कोळ्याचे केवढे घर पाहिले मी! घर कसले? राजवाडाच होता तो. सूर्यकिरणांनी चमचमणारे त्या राजवाड्याचे चिमणे स्तंभ किती आकर्षक दिसत होते! सूत काढण्याच्या शर्यतीत जर कोळ्याला भाग घेता आला असता तर जास्तीतजास्त नंबराचे सूत काढून त्याने पहिला नंबर खास पटकावला असता! पण या कोळ्याला कवितेत कुठे स्थान आहे? तर 'एका कोळियाने एकदा आपुले' या मराठी यत्तेच्या माजी दुसऱ्या पुस्तकात!

सुरवंट आणि वाळवी ही मंडळी उपद्रवी असतात, पण दुष्ट मनुष्यांत गुण नसतात, असे थोडेच आहे! दारू पिऊन बायकोला बडविणारा मनुष्य काय सुरस कादंबरी लिहू शकत नाही? व्यभिचारी मनुष्य देशभक्त असल्याचा दाखलाही इतिहासाच्या दप्तरी आहेच! सुरवंट अंगावर पडला म्हणजे कुत्सित टीकाकारापेक्षाही अधिक त्रास देतो खरा! पण हे चिमुकले अस्वल वेलीच्या अग्राला लोंबकळून झोके घेते, तेव्हा त्याच्याकडे पाहण्याचा मोह कुणाला होणार नाही? गवताच्या चिमण्या पातीच्या टोकाला जाऊन जणूकाही तिचाच एक भाग म्हणून ही स्वारी स्वस्थ बसली, म्हणजे तर समाधिस्थ योग्याचीच मला आठवण होते!

वाळवीचेही तसेच आहे. थोड्या दिवसांत खुंटीवर ठेवलेल्या धोतराची मच्छरदाणी आणि मच्छरदाणीच्या चिंध्या करण्यात ती चतुर असते खरी! पण त्याबरोबरच तिचा गनिमी कावा किती कौतुकास्पद असतो! एके दिवशी रात्री स्वच्छ केर काढून, शेंदरी घालून त्यावर मी आपली गादी पसरली. दुसऱ्या दिवशी सकाळी उठून अंथरूण गुंडाळतो, तो शेंदरीला चांगले छिद्र पडलेले! 'छिद्रेष्वनर्था बहुलीभवन्ति!' भराभर त्या छिद्रातून वाळवीची सेना वर येत होती. शाहिस्तेखानावर छापा घालून

शिवाजीने त्याची बोटे कशी कापली असतील, याची मला त्यावेळी पूर्ण कल्पना आली!

केवळ संकेताला बळी पडल्यामुळे अशा प्राण्यांच्या सौंदर्याचा अगर चातुर्याचा आपल्या काव्यात उपयोग करण्याऐवजी भारतीय युद्धापासून दांडी सत्याग्रहापर्यंतचे सारे कवी भुंग्याभोवती पिंगा घालीत बसले आहेत. स्वर्गपाताळांतही संचार करण्याचा जिचा अधिकार, ती कल्पकताच जिथे अशा बंधनात पडते तिथे पांगळ्या व्यवहाराच्या कपाळी अंधारकोठडीच यायची! स्वतःच्या मुलांची नावे ठेवायची असोत अगर लोकांना नावे ठेवायची असोत, पूर्वसंकेतापलीकडे पाऊल टाकायला कुणीच तयार होत नाही. पक्वान्न करायचे असो अथवा प्रेम करायचे असो, ते पूर्वापर पद्धतीने करायचे हा तर आमचा सामाजिक बाणा! 'साध्याही विषयांत आशय कधीं मोठा किती आढळे' या केशवसुतांच्या ओळीत जीवन उच्चतर करण्याचा महामंत्र सांगितला आहे खरा! पण साधे विषय असले तरी अंधळ्यांनी ते पाहायचे कसे? पूर्वज, पुराणे, परिस्थिती ही सारी जणूकाही जीवनाला कोंडून ठेवण्याकरिता एक अभेद्य तट रचित असतात आणि मग त्या तुरुंगात वावरणाऱ्या जीवनाला वाटते- हा तुरुंग म्हणजेच सारे जग!

संकेत हे राजमार्गाप्रमाणे प्रशस्त असतात. त्यामुळे धोपट मार्गाने जाणारांना आणि सोबतीची अपेक्षा करणाऱ्यांना ते आवडावेत हे स्वाभाविकच आहे. राजमार्गाच्या बाजूला असलेली तीच तीच घरे आणि तीच तीच दुकाने पाहून कंटाळा आला तरी पाऊलवाटेने जाण्याचा धीरच होत नाही बहुतेक माणसांना! त्यांना वाटते, आपण कुठेतरी चुकू! बिचाऱ्यांना हे कळत नाही की, जो चुकतो तोच शिकतो! पण पृथ्वीप्रदक्षिणेत कितीही पुण्य आहे, अशी खात्री असली तरी राजमार्ग तयार झाल्यावाचून हे लोक त्याबाबतीत एक पाऊलसुद्धा पुढे टाकणार नाहीत!

खरे जीवन पिंजऱ्यात नसते, पिंजऱ्याबाहेर ते नाचत असते, हे पाखराप्रमाणे माणसालाही कळायला हवे, वळायला हवे आणि म्हणूनच त्या भुंग्याला झोडपल्याबद्दल आता मला इतके वाईट वाटत नाही. संकेतनिष्ठता झुगारून देण्याचा माझ्या मनाने जो हल्ली निश्चय केला आहे, त्याचे ते व्यक्त स्वरूप नसेल कशावरून? कोयता- हातोडा ही जर शेतकरी-कामकऱ्यांची स्फूर्तिदायक प्रतीके तर आजपर्यंत कवींनी अवास्तव स्तोम माजविलेल्या भुंग्याला झोडपणे हेही माझ्या मनातील काव्यकल्पनांच्या क्रांतीचे प्रतीक का होणार नाही? बाकी प्लँचेटवरून बोलता आल्यास तो दिवंगत

भुंगा मला म्हणेल, 'संकेत केले आणि ते अंधपणाने पाळले कवींनी, पण मेलो मात्र मी! एकाचा खेळ होतो आणि दुसऱ्याचा जीव जातो!'

लवकरच छानसे स्मारक करण्याचे आश्वासन देऊन या भुंग्याची कशीबशी समजूत घालीन म्हणा मी!

पाहिलेत? हे असे होते! नाही नाही म्हटले तरी संकेताचा केवढा पगडा मनुष्याच्या मनावर असतो. भुंग्याचे स्मारक करण्याचे मी कबूल केले खरे! पण कवीप्रमाणे स्मारकेही करून होत नाहीत, हे काय मला कळत नाही?

१९३७

★

पंचवीस वर्षांपूर्वीची गोष्ट आहे ही! पण शहाणपण हे अक्रोडाच्या झाडासारखे असते. (वास्तववादी रसिकहो, कृपा करून या झाडाचे वर्णन करायला मला सांगू नका!) त्याला फार उशिरा फळे येतात. म्हणजे, त्यावेळीही मी स्वत:ला शहाणा समजत होतो आणि आताही तो समज कायमच आहे, पण माझ्या दृष्टिकोनात काही अंशांचे अंतर पडले आहे, हे मात्र खरे!

माझे आजोबा, बाबाकाका मोठ्या रसाळपणाने बोलत असत. त्यांचे संभाषण म्हणजे दिवाळीतला फराळच म्हणा ना! अमुक एक खमंग पदार्थ त्यात नाही, असे होत नसे! सांगली संस्थानचे संस्थापक चिंतामणराव अप्पासाहेब यांच्या वीरश्रीच्या गोष्टी असोत अगर गणपतीच्या देवळात पुख्खा झोडताना पराक्रम गाजवणाऱ्या एखाद्या पांडोबाच्या लीला असोत, ते बोलू लागले म्हणजे सारखे ऐकतच राहावेसे वाटे. पहाटेच्या साखरझोपेत त्यांचे मधुर आणि गंभीर वेदपठण ऐकले की, कुणी तरी प्राचीन ऋषी आपल्या अंथरुणापलीकडे येऊन बसला आहे, असा भास होई. पण रात्रीच्या जेवणानंतर जेव्हा त्यांच्या गप्पागोष्टी रंगात येत, तेव्हा त्यांच्या तोंडावरल्या सुरकुत्याच काय, पण दाढीमिशाही दिसेनाशा होत आणि आपण अगदी बरोबरीच्या जिवलग दोस्ताच्या गोष्टी ऐकत आहो, या भावनेने मन तल्लीन होई. पहाटेच्या समुद्राचे रात्री कारंजे कसे होते, हे कोडे त्यावेळी मला कधीच उलगडले नाही.

असे असले तरी बाबाकाकांच्या बोलण्याची अधूनमधून आम्ही सर्वच मुले थट्टा करीत असू. त्यांच्या नाटकांच्याच गोष्टी पाहा ना! अण्णा किर्लोस्करांचे सौभद्र बघण्याकरिता आपण थिएटरात तीन-तीन तास आधी जाऊन बसत असू. बाहेर उजाडले तरी नाटकगृहात अर्जुन-सुभद्रेचे अगर दुष्यंत-शकुंतलेचे लग्नही लागलेले नसे; भावड्याने ग्वाल्हेरला स्त्रीवेषात हळदीकुंकू कसे घेतले होते, सुभद्रेच्या कामाप्रमाणेच भावड्याचे पुंडरीकाचेही काम किती चांगले होई आणि मंजुघोषा नाटकात गणपतराव जोशी अशी बहार उडवून देत की, या आणि असल्या गोष्टी सुरू झाल्या म्हणजे मला वाटे-जुन्या गोष्टींचे

स्तोम माजविण्याची म्हाताऱ्या माणसांना खोडच जडते! भावड्या, भावड्या! प्रेमशोधनमधली इंदिरा आणि विद्याहरणातली देवयानी बाबाकाकांनी कधी पाहिली नाही! नाहीतर त्यांना सहज कळले असते की, बालगंधर्वाचा कोरा करकरीत रुपया बाजारात आल्यामुळे भावड्याचा जुना बुचडेवाला रुपया आता तिथे चालणे शक्य नाही. गणपतराव जोश्यांची स्तुती करायची तर ती काय हॅम्लेटवरून करता येत नव्हती! त्याला जुनीपुराणी मंजुघोषाच कशाला हवी?

प्रीव्हियसला आम्हाला स्कॉटची Ivanhoe ही कादंबरी होती. तिच्यात हेस्टिंग्जच्या लढाईत माझा पणजोबा फार मोठे धनुष्य घेऊन लढला होता, अशी बढाई मारणारे एक पात्र आहे. ते पात्र म्हणजे जगातल्या साऱ्या म्हाताऱ्यांचे सुंदर विडंबनच आहे, असे मला तेव्हा वाटले. भावबंधनातल्या धुंडिराजाच्या गोष्टीवेल्हाळपणाला कोणता तरुण हसला नसेल? जगाच्या बाजारात नित्य नवीन माल येत असला तरी म्हातारी माणसे जरीपुराणेवाल्यासारखीच वागत असतात. वार्धक्य म्हणजे जणूकाही रस्त्याच्या कडेला थाटलेले जुन्या पुस्तकांचे दुकानच! त्यात 'लग्नाची बेडी' मिळायची नाही! 'तरुणी-शिक्षक' नाटिका अगर 'मोर एलएल बी' प्रहसन मात्र हमखास सापडेल.

पण जुन्या काळच्या गोष्टी उगाळीत बसण्याचा हा माणसांचा नाद, त्यावेळी वाटे तेवढा हास्यास्पद नाही, असे अलीकडे माझे मत होत चालले आहे. मुलाच्या बापाला मुलीच्या बापाच्या पिंजऱ्यात उभे केले म्हणजे काय चमत्कार घडतो, याचे मार्मिक चित्र वरेरकरांनी काढले आहे ना? तसाच थोडासा प्रकार आहे हा! कुणीही मनुष्य कधीही स्वत:ला म्हातारा मानायला तयार होत नसेल. आजोबा झाल्यानंतरही 'म्हातारबुवा' या संबोधनाने कोल्हटकर किती दचकले होते! हे खरे असले तरी बाबाकाकांच्या त्या गोष्टीच्या काळापेक्षा मी पंचवीस वर्षांनी म्हातारा नसलो तरी प्रौढ झालो आहे, हे मला कबूल केलेच पाहिजे आणि वयाची चाळिशी लागल्याबरोबर मला किती चमत्कार दिसू लागले आहेत, म्हणता! परवा 'बुद्धिबळ क्रीडारत्ने' हे पुस्तक माझ्या हाती आले. पुस्तकावरचे चित्र मोठे सूचक आणि सुंदर आहे. पतिराजांची स्वारी बुद्धिबळाच्या खेळात अगदी गढून गेली आहे. टेबलावर पटाच्या डाव्या बाजूला चहाचा पेला आहे. बहुधा रिकामा असावा तो! टेबलाच्या उजव्या बाजूच्या टोकाला पत्नीने ट्रेमध्ये पुन्हा चहा आणून ठेवलेला आहे, पण स्वारीचे लक्ष जिथे बायकोकडेच नाही, तिथे चहाची दाद कोण घेणार? नवऱ्याच्या या निर्विकल्प समाधीचे कौतुक वाटून पत्नी मधुर स्मित करीत आहे. चिमुकल्या मोटारीच्या नादात गढून गेलेल्या बालकाकडे आई नाही का पाहत? अगदी तस्से बघते आहे ती. हो, पतीच्या बुद्धिबळाचे कौतुक बायकोने नाहीतर कुणी करायचे?

ओलेतीवर शिंतोडे उडविणारे अतिसभ्य लोकसुद्धा चारचौघांत बसून हे चित्र पाहायला कमी करणार नाहीत, पण अशा सुंदर चित्राकडे पाहत राहण्याऐवजी माझे मन भलत्याच चित्रात दंग झाले. किती जुने स्मृतिचित्र होते ते. उणीपुरी तीस वर्षे होत आली असतील. मे महिन्याचे रखरखीत दिवस! दुपारी हातावर पाणी पडले, की, पायांना भयंकर चटके बसत असतानाही रामभाऊच्या घराकडे मी अनवाणी धावत जात असे. तिथे बुद्धिबळाची जी बैठक बसे, ती संध्याकाळी सहापर्यंत काही केल्या हलायची नाही. खेळात रामभाऊने माझ्यावर बुर्जी केली तरी आरडाओरड करण्यात मीच त्याच्यावर मात करायचो! आता रामभाऊ प्रख्यात प्रोफेसर आहे आणि मी प्रसिद्ध लेखक आहे. आम्ही दोघे एकमेकांना भेटलो की, सुखदु:खाच्या गोष्टी बोलतो, प्रकृतीची व मुलाबाळांची चौकशी करतो, फार फार तर 'काय लिहितोयस हल्ली' असे तो मला विचारतो आणि मीही त्याच्याकडून शास्त्रीय विषयाची सहज मिळणारी मनोरंजक माहिती ऐकत बसतो, पण दोन-दोन तास आमची बैठक झाली तरी बुद्धिबळाविषयी बिलकूल बोलत नाही. असे असूनही त्यावेळी पायांना चटके देणारी ती गोष्ट आज हृदयाला चटका लावणारी होते, हे आश्चर्य नव्हे का?

पण या आश्चर्याची परंपराच माझ्या आयुष्यात आता सुरू झाली आहे, असे दिसते. बोरकरांच्या काव्यसंग्रहाला काल प्रस्तावना लिहीत होतो मी. त्यांनी आपल्या 'पिसाट प्रमाद' कवितेचा आरंभ 'अगडबं अगडबं' या शब्दांनी केला आहे. ते शब्द मनात घुमू लागताच माझ्या भोवतालचे वातावरण क्षणार्धात बदलले. काळाच्या प्रवाहाविरुद्ध मानवी कल्पना किती झपाट्याने पोहत जाते! एका क्षणात अठरा वर्षे मागे पडली. सावंतवाडीच्या घरातली ती रात्र! मी, माझी बहीण आणि माझा धाकटा भाऊ जेवायला बसलो होतो. वाढता वाढता काकीने त्याला काहीतरी म्हणायला सांगितले. पहिल्यांदा तो लाजला, पण नंतर खड्या सुरात 'अगडबं अगडबं वाजे डमरू! नाचे सदाशिव जगद्गुरू' हा आरंभ असलेले पद त्याने म्हटले. ते कुठल्या नाटकात आहे, हे मला माहीत नव्हते आणि आजही ठाऊक नाही, पण 'अगडबं', 'अगडबं' या शब्दांच्या उच्चाराने माझी ती स्मृती हटकून जागृत होते, हे मात्र खरे! यामुळे बोरकरांच्या कवितेतला कल्पनाविलास पाहण्यापेक्षा माझ्या त्या स्मृतिचित्रातल्या कारुण्यातच मी कितीतरी क्षण सुन्न होऊन बसलो होतो.

परवा कोल्हापूरलाही असेच नाही का झाले? चहाचा माझा सातवा की आठवा पेला असेल तो! त्या आठव्या पेल्यावर 'Forget me not' ही अक्षरे होती. वीस वर्षांपूर्वी या वाक्याचे भाषांतर स्वयंवरातल्या 'खडा मारायचा नाही हं' या पद्धतीवर

'मला विसरायचं नाही हं' असे मी करीत असे. त्यावेळी हे शब्द असलेला चहाचा पेला हातात असला की, डोळ्यांपुढे एक अंधूक मधुर स्वप्न तरंगू लागे. त्या स्वप्नाची स्वामिनी मात्र सदैव अदृश्यच राही, पण त्या दिवशी 'Forget me not' या अक्षरांनी अंकित झालेला तो पेला हातात घेताच चहा प्यायला माझे मनच घेईना. 'विसरू नका' एवढाच त्या शब्दाचा अर्थ! पण बापूरावांपाशी आणि उषेजवळ दिवसातून तीन वेळांपेक्षा अधिक चहा पिणार नाही, असे मी कबूल केले होते ना? त्याची आठवण त्या शब्दांनी मला चटकन दिली.

आताआताशी लहानसहान गोष्टींनीही अशी स्मृतिचित्रे माझ्या डोळ्यांपुढे नाचू लागतात. इतकी चित्रे मन ठेवते कुठे आणि या अडगळीतून वेळेवर अगदी हवे ते निवडून तरी कसे आणते, कुणाला ठाऊक! पण या साऱ्या गोष्टी यंत्राप्रमाणे सुरळीत चालतात हे मात्र खरे! आपल्या संग्रही जी स्मृतिचित्रे असतील, असे भासतही नाही ती एका क्षणात तीन रंगांनी नटून डोळ्यांपुढे नाचू लागतात. उत्तररामचरित्राच्या पहिल्या अंकात रामसीता आपल्या पूर्व आयुष्याचा चित्रपट पाहत असतात, असा करुणमधुर प्रसंग आहे. ही कल्पना अत्यंत सुंदर असली तरी ती चित्रमालिका अकारण लांबवली आहे, असा तिच्याविषयी विद्यार्थिदशेत माझा भवभूतीवर आक्षेप होता, तो मी आता आनंदाने मागे घेतो. त्यातल्या प्रत्येक प्रसंगाकडे रामसीता केवढ्या पर्युत्सुक वृत्तीने पाहत असतील, याची त्यावेळी मला अंधूकही कल्पना नव्हती. मी तो अंक बुद्धीने वाचला होता. भावनेने नाही.

> *'जीवत्सु तातपादेषु नवे दारपरिग्रहे*
> *मातृभिश्चिन्त्यमासानां ते हि नो दिवसा गता:'*

दोन मिनिटांत अर्थ लावून या श्लोकाची तेव्हा रजा घेतली होती मी! 'दशरथ जिवंत होता, आमची लग्ने नुकतीच झाली होती आणि सर्व काळजी करायला आया खंबीर होत्या! ते दिवस आता गेले!' एवढाच रामाच्या या श्लोकाचा तेव्हा अर्थ होता.

'शब्द बापुडे केवळ वारा' या कव्युक्तीचे मर्म तोच श्लोक नंतर आठवू लागला, तेव्हा मला पूर्णपणे कळले. कॉलेजात असताना आपण शब्दांचे अर्थ लावीत असतो, पण त्यांच्या अंतरंगातला अर्थ पुढे जीवन जगल्यानंतरच कळू लागतो. शब्दांचे रंग तेव्हाच विटतात- पक्का रंग फक्त एकच! अनुभव- भावना. डोक्यावर वडिलांच्या ममतेचे छत्र नाही, आईच्या मायेची पाखर नाही, अशा स्थितीत संसाराच्या वैराण वाळवंटात जेव्हा मी धावू लागलो, तेव्हा 'ते हि नो

दिवसा गता:' हा सबंध संस्कृत वाङ्मयातला अत्यंत कारुण्यपूर्ण चरण आहे, अशी माझी खात्री झाली!

-आणि म्हणूनच गोष्टीवेल्हाळ म्हातारी माणसे पाहून आता मला हसू येत नाही. दारात येऊन उभ्या राहिलेल्या मृत्यूकडे पाठ करून घरातल्या सर्व वस्तूंकडे- त्या वस्तूंच्या भिंतींवर पडलेल्या काळसर सावल्यांकडेदेखील आपुलकीने पाहणारा वृद्ध हा सहानुभूतीचाच विषय नाही का? आज ना उद्या, आपल्यालाही परतीराला घेऊन जाणाऱ्या याच नौकेत बसायचे आहे.

तारुण्याच्या उंबरठ्यावर मनुष्य गोड स्वप्नांत दंग असतो. ती स्वप्ने संपली की, त्यांची जागा स्मृती भरून काढते, यात अस्वाभाविक असे काय आहे? माणसाची सावली त्याच्यापुढे पडली अगर मागे पडली तरी ती त्याचीच प्रतिकृती असते ना? मनुष्याचे हातपाय थकले म्हणजे तो साठविलेल्या पुंजीकडे अधिक आशाळभूतपणाने पाहू लागतो, हा नुसता व्यावहारिक अनुभव नाही; तो मानसिकही आहे! थॉमस मूरने आपल्या एका करुण-गीतांचा प्रारंभ-

Oft in the stilly night
Ere slumber's chain has bound me
Fond memory brings the light
Of other days around me.

या सुंदर ओळींनी केला आहे. शाळेत ही कविता मी प्रथम शिकलो, तेव्हा अंथरुणाला पाठ लागताच मी झोपी जात असे. किंबहुना पेंगळून झोकांडे जायला लागल्यावरच मी अंथरुणाला पाठ लावीत असे म्हणा ना! त्यामुळे मूरसारखे कवी असली वर्णने केवळ कल्पनाशक्तीने करतात, असे मला त्यावेळी वाटे, पण आता अंथरुणाला पाठ लावताच, किंबहुना जागृतीतल्या विविध उद्योगांत मग्न असतानाही कैद्याच्या कोठडीत कुठून तरी चांदण्याने चोरपावलांनी यावे, त्याप्रमाणे गत आयुष्यातील स्मृती माझ्या मनात प्रवेश करतात. मूरने त्या कवितेत पुढे केलेले वर्णन मात्र मला पटत नाही. तो म्हणतो-

When I remember all
The friends, so linked together.
I've seen around me fall,

Like leaves in wintry weather
    I feel like one
    Who treads alone
Some banquet-hall deserted
Whose lights are fled,
Whose garlands dead
And all but he departed!

एखाद्या मोठ्या समारंभातल्या पुष्पमाला सुकून जाव्यात, दीपमाला विझून जाव्यात आणि भुताप्रमाणे एकट्या मनुष्याने त्या जागेत फिरत राहावे, तशी जुन्या स्मृतींनी मूरच्या मनाची स्थिती होते. मला अशावेळी अगदी निराळाच भास होतो. दीपमाला शांत झाल्या आहेत, पुष्पमालांचा मंद मंद सुगंध वायुलहरींवरून येत आहे आणि आपल्या जीवनमंदिरातली सारी स्मृतिचित्रे सजीव होऊन आपल्याभोवती गोड हालचाल करीत आहेत, असे झोप येण्यापूर्वी मला वाटू लागते. एका चित्राचे हास्य, दुसऱ्याचे गोड शब्द, तिसऱ्याचा प्रेमळ स्पर्श, या सर्वांचे मिळून एक नवीनच अंगाईगीत निर्माण होते आणि ते ऐकता ऐकता बालकाप्रमाणे मी केव्हा झोपी जातो, ते माझे मलाच कळत नाही.

★

मोटार खर्रकन आवाज करून थांबली. माझ्या छातीत एकदम धस्स झाले. अपघाताच्या भीतीने नव्हे! मोटर किती नादुरुस्त झाली असेल या विचाराने! एका संस्कृत सुभाषितकाराने भांडण नसलेले गाव, लबाडी न करणारा दुकानदार, गुंजभरही सोने न चोरणारा सोनार वगैरे असंभाव्य गोष्टींची एक यादी केली आहे. त्याच्या वेळी मोटारी असत्या तर या यादीत वाटेत न बिघडणाऱ्या मोटारीला अग्रपूजेचा मान त्याने अगत्य दिला असता! केव्हाही पाहा, बहात्तर रोगांपैकी मोटारीला एक-दोन तरी झालेले असायचेच! टायर पंक्चर होणे हा संधिवात मानला तर पेट्रोल संपणे हा क्षय म्हणता येईल एवढाच काय तो फरक. पण त्यामुळे प्रवासात मधेच लटकत राहण्याच्या कार्यक्रमात काही अंतर पडत नाही.

मोटारीला बहात्तरांपैकी कितव्या नंबराचा रोग झाला आहे, हे पाहण्याकरिता मी मोटारहाक्याच्या चेहऱ्याकडे दृष्टी वळवली. तो गंभीर मुद्रेने समोर पाहत होता. गीतेतले स्थितप्रज्ञाचे वर्णन त्याला तंतोतंत लागू पडले असते. मीही समोर पाहिले. 'नमवी पहा भूमि हा चालताना' अशा थाटात एक पोलीसदादा मोटारीच्या रोखाने येत होते. ड्रायव्हरने मागे वळूनही न पाहता दोन-तीन माणसांची झटकन नावे घेतली आणि त्यांना खाली उतरून चालू लागण्याचा हुकूम फर्माविला. मोटार थांबवून पोलिसाच्या डोळ्यांत धूळ टाकण्याची ही त्याची मुत्सद्देगिरी पाहून पेशवाईत जन्म मिळाला असता तर या बुद्धीच्या सागराने नाना फडणवीसावरही मात केली असती, असा विचार माझ्या मनात आल्यावाचून राहिला नाही. ते बिचारे 'पासिंजर' 'कईं पलंगीं शयन' या तुकारामाच्या अभंगाची सत्यता विसाव्या शतकातही कायम राहिलेली पाहून आश्चर्यचकित होत चालू लागले. पोलिसाच्या अंगावरून ते गेले, पण त्याला त्यांची दादच लागली नाही. आमच्या ड्रायव्हरने उगीच मोटार थांबवली. ती अंगावरून गेली असती तरीही समोरून येणाऱ्या त्या महात्म्याला काही पत्ता लागला नसता, असे या वेळी मला वाटल्यावाचून राहिले नाही. शेवटी सिंहाच्या चेहऱ्याने, पण मुंगीच्या चालीने स्वारी मोटारीजवळ प्राप्त झाली. आतील उतारूंची खानेसुमारी करण्यात त्याने प्रथम

आपली सर्व बुद्धिमत्ता खर्च केली. ठरलेल्या संख्येपेक्षा एकही उतारू अधिक नव्हता. नंतर स्वारीची नजर टपावरील सामानाकडे वळली. पुण्यप्रभाव नाटकात स्वत:च्या घरातल्या पेटीत सुदाम आधीच लपून बसलेला असतो व दामिनीचा नवरा बाहेर आला आहे, असे वाटून नूपुरही त्याच पेटाऱ्याचा आश्रय घेतो, असा गमतीचा प्रसंग आहे. पोलीसमजकुरांनी काल रात्री पुण्यप्रभाव फुकट पाहिले असावे व त्यामुळे टपावरील ट्रंकेचा त्यांना संशय आला असावा, असे मला प्रथम वाटले. पण इतक्या मागच्या बाजूला उतारूंत कुजबुज सुरू झाली. हल्ली गोव्यातून पुष्कळ दारू चोरून इकडच्या बाजूला येते, अशी खात्री झाल्यामुळे पोलिसांची दृष्टी सध्या जरा सूक्ष्म झाली आहे, एवढा निष्कर्ष तिच्यातून निघाला. इतक्यात पोलीस महाशयांचे निरीक्षणही संपले. त्यांनी एका ट्रंकेकडे बोट करून ड्रायव्हरला विचारले, ''काय आहे त्यात?'' ड्रायव्हरने माझ्याकडे पाहून उत्तर केले, ''या साहेबांची बॅग आहे ती.'' साहेब आणि पोलीस यांची दृष्टभेट झाली. ''पुस्तके आहेत त्या ट्रंकेत'', मी ऐटीने उत्तर दिले. तसा काही मी अट्टल खोटे बोलणारा नाही, पण प्रवासाला निघालेल्या मनुष्याच्या ट्रंकेत काय आहे, हे अक्षरश: सांगणे म्हणजे सत्यनारायणाला अगर मसाल्याला लागणाऱ्या गोष्टींची यादी करण्याइतके कंटाळवाणे काम होते. माझे उत्तर ऐकताच त्या पोलिसाची मुद्रा प्रसन्न झाली. ''कॉलेजात जाता, वाटतं?'' त्याने गंभीरपणाने प्रश्न केला. हसत मुद्रेने मी उत्तर दिले, ''हो''.

त्यानंतर दोन-तीन दिवसांत कितीतरी वेळा ही गोष्ट मी माझ्या मित्र-मैत्रिणींना सांगितली. मात्र या प्रसंगाचे वर्णन करताना ड्रायव्हरने पोलिसांना कसे चकविले, या गोष्टीपेक्षा पोलीस माझ्याकडे पाहून कसा फसला, मला वीस वर्षांचा कॉलेजचा विद्यार्थी मानून त्याने माझ्या ट्रंकेची तपासणी कशी केली नाही, या गोष्टीवरच मी अधिक भर देत होतो. केवळ कटकट चुकविण्याकरता, मी कॉलेजचा विद्यार्थी आहे, असे मी पोलिसाला भासविले असते तर तो प्रसंग रंगवून सांगण्यात माझ्या मनाला इतकी मौज वाटली नसती! पण मधुर चरण अगर सुंदर कडवे घोळून घोळूनच गाण्यातला आनंद गायक वाढवीत नाही का? मनही गायकासारखेच असते. चाळिशीच्या घरात गेलेल्या माझ्यासारख्या प्रौढाला यौवनाचे प्रशस्तिपत्र देताना आपण या मनुष्याच्या अंत:करणातील आनंदाची भावना फुलवीत आहोत, याची त्या पोलिसाला कल्पनाही नसेल, पण माझ्या मनोलतिकेवर त्याच्या साध्या शब्दांनीही फुलोरा फुलला खरा!

दुसऱ्याने आपल्याला तरुण मानावे, ही मनुष्यमात्राची उपजत प्रवृत्तीच आहे. आय.सी.एस. करता वय चोरणाऱ्या उमेदवारांपेक्षा काही कारण नसताना वय

चोरणाऱ्या सद्गृहस्थांची (यात सद्गृहिणींचाही अंतर्भाव होतोच) संख्या कितीतरी पटींनी अधिक असेल! पेन्शनीत जावे लागू नये म्हणून तारुण्याला मान देणारे नोकर अगर आपल्या वयाच्या आकड्याकडे पाहून वराचे डोळे पांढरे होऊ नयेत म्हणून यौवनाचा आश्रय करणाऱ्या कुमारिका यांची तारुण्यभक्ती निरपेक्ष नसते. पण लेखनाच्या धंद्यात वयोवृद्धत्व हे ज्ञानवृद्धत्व दर्शवीत असूनही, पोलिसाने मला वीस वर्षांचा युवक मानताच माझे मन कसे प्रफुल्लित होऊन गेले. असे का घडावे? मनुष्यमात्रात यौवनाविषयी अहेतुक; पण उत्कट लालसा असते, हेच खरे!

दशरथ राजाला डोक्यातला पहिला पांढरा केस दिसताच त्याने वसिष्ठऋषींना बोलावून आणून रामाला युवराज म्हणून अभिषेक करण्याची योजना निश्चित केली, असे कुठेसे मी वाचले आहे, पण मला ते मुळीच खरे वाटत नाही. वार्धक्याच्या निशाणापुढे मनुष्य सुखासुखी आपली मान लववणार नाही. वसिष्ठाला बोलावण्याच्या आधी दशरथाने न्हाव्याला बोलावून आणून तो पांढरा केस छाटून टाकण्याची व्यवस्था खचित केली असेल! केसांचे कलप, दातांच्या कवळ्या, गंगावणे, इत्यादी जिनसांची विक्री करणाऱ्या व्यापाऱ्याची मुलाखत एखाद्या समाजशास्त्रज्ञाने घेतल्यास माझेच म्हणणे खरे आहे, असे त्याला आढळून येईल. मनुष्य मात्र जगाच्या मोहिनीमंत्राने नेहमी भारलेला असतो. त्यामुळे जग त्याला तरुण समजू लागले की, आपण तरुण आहोत, या भावनेत तोही रमून जातो आणि तारुण्यातील उमलता उत्साह त्याला प्राप्त होतो.

पण माणसाची ही तारुण्याची आसक्ती चांगली नाही, असा अनेकांकडून आक्षेप घेतला जातो. ते म्हणतात, भोग भोगून काही भोगलालसा कमी होत नाही. ययातीने आपल्या मुलाचे तारुण्य राज्याच्या मोबदल्याने विकत घेतले, पण शेवटी त्याच्या उपभोगाची कुठे तृप्ती झाली? व्हॉरनॉफच्या पद्धतीने मर्कटग्रंथी बसवून घेणारे वृद्ध काही दिवस प्रणयचेष्टा करू शकले तरी शेवटी त्यांची करुणकथा मूळ पदावर येतेच म्हणे! तरुण म्हणवून घेणाऱ्या मनुष्याच्या हौसेच्या मुळाशी तरी अतृप्त उपभोगापेक्षा काय असू शकणार?

मला ही विचारसरणीच पटत नाही! तारुण्याचा भास मलाही आनंद देतो खरा, पण तो प्रणयासारख्या विशिष्ट उपभोगाची शक्यता वाढली म्हणून नव्हे! तर जीवन उत्कटतेने व सहृदयतेने जगण्याची आपली मर्यादा अजून संपली नाही, या गोड कल्पनेने. सतरा वर्षांपूर्वी सावंतवाडीजवळच्या एका टेकडीवर मी आणि माझे मित्र केशवसुतांच्या कविता वाचण्यात तल्लीन झालो असताना अकस्मात मोठा पाऊस

झाला. त्या पावसाची, पुस्तक सुरक्षित राखण्यापलीकडे आम्ही मुळीच पर्वा केली नाही. त्या दिवशी आम्ही घरी परतलो, तेव्हा केवळ आमची हृदयेच काव्यरसाने आर्द्र झाली नव्हती तर कपडेही भिजून ओलेचिंब झाले होते! आता मात्र पावसात तसे भिजण्याचा धीर होत नाही मला! थंडी, पडसे, खोकला, न्यूमोनिया वगैरेंची पलटणच्या पलटण एकदम डोळ्यांपुढे उभी राहते. पुढे शिरोड्याला आल्यावर भर मध्यरात्री चांदण्यात समुद्रावर जाण्याचे आम्ही मित्रमंडळींनी कसे ठरविले, त्या रात्री कडू कारले खाण्याच्या पैजेत मी कसा हरलो नाही, समुद्रावरून आम्ही परत आलो, तेव्हा पहाटेची नौबत सुरू झाली असूनही, अंथरुणाला पाठ न लावता शाळेत जाऊन मी शिकविण्यात कसा रंगून गेलो- आता तो उच्छृंखलपणाही उरला नाही आणि त्याच्या पाठीमागे असलेला उत्कट उत्साहही नाही. लहानपणी अगदी उंच मोटेवरून मी विहिरीत उड्या टाकल्या आहेत, पण अलीकडे तसा प्रसंग आल्याबरोबर माझ्या मनात एक प्रकारची भीती उत्पन्न झाल्यावाचून राहत नाही.

प्रीती ही तारुण्याची मूर्धाभिषिक्त देवता आहे. उलट, वार्धक्यात भीतीचेच राज्य वाढत जाते. शारीरिक शक्तीच्या वरील गोष्टी सोडून द्या! पण तारुण्यातील ध्येयवादाचा उत्साहही पुढे कोमेजून जात नाही काय! विशी पुरी उलटली नाही, तोच एका खेड्यातल्या खासगी शिक्षण संस्थेला वाहून घ्यायचे मी ठरविले. त्या वेळेपेक्षा आता अनुकूल परिस्थिती असूनही असल्या नव्या कार्याविषयी माझे मन साशंक होते! उंचावरून पुरात उडी टाकायची असो अथवा उच्च ध्येयासाठी जीवितसंग्रामात उडी टाकायची असो, तारुण्यच निधडेपणाने ते काम करू शकते. सर्पाला दोर मानून त्याच्या आधाराने भर मध्यरात्री प्रणयिनीच्या मंदिरात चढणारा तुळशीदास ऐन पंचविशीतला तरुणच असला पाहिजे! चाळिशीत अगर पन्नाशीत पतीचे पत्नीवरील प्रेम कमी होते, अशातला भाग नाही. कदाचित ते अधिक सात्त्विकही होत असेल, पण अशा पतीला पत्नीला भेटण्याची कितीही तळमळ लागली तरी तो तिन्हीसांजा होण्याच्या आतच सासुरवाडीला पोहोचण्याची दक्षता घेईल. त्यातूनही उशीर झालाच तर तो त्राटिकेतल्या प्रतापरावाप्रमाणे राजरोस दरवाजा ठोठावील! आडदांडपणाने खिडकीतून चढण्याचा प्रयत्न करणार नाही आणि चुकून खिडकीकडे गेलाच तर तिच्यातून लोंबकळणाऱ्या दोरीलाच साप मानून तो इतक्या मोठ्याने ओरडेल की, घरातील मंडळीच काय; पण चौकीवरील शिपाईही जागे होऊन तिथे धावत येतील.

तारुण्य ही पहाटेची स्वप्नसृष्टी आहे, मर्त्य जगाला बिलगलेली यक्षभूमी आहे आणि म्हणूनच मोटारीची तपासणी करणाऱ्या त्या अनामिक पोलिसाने, थोडा वेळ

का होईना रम्य तारुण्याचे मोहक वलय माझ्याभोवती निर्माण केल्याबद्दल त्याचे आभार मानल्यावाचून मला राहवत नाही. प्रणयकथा व प्रणयगीते सर्व काळी, सर्व देशांत लोकप्रिय असतात, त्याचे कारणही तारुण्याची ही अमर तृषाच नाही का? आपण अजून शिखरावर आहोत, उताराला लागलो नाही, आपल्या दृष्टीच्या टप्प्यात येणारे क्षितिज व्यापक आहे, या आभासानेही मनुष्याला केवढा उत्साह प्राप्त होतो! तो कितीतरी नवे नवे गगनचुंबी संकल्प करू लागतो आणि तसेच पाहिले तर जीवनाची गोडी सिद्धीपेक्षा संकल्पांनीच वाढविली आहे.

आता जिंकायला जग उरले नाही म्हणून सिंकदर ज्या क्षणी ढळढळा रडला, त्याच क्षणी तो वृद्ध झाला, अशी इतिहासाची साक्ष आहे. कल्पनेत रममाण होणारे कवी रम्य ते बाळपण म्हणून अज्ञानमूलक आनंदाची खुशाल स्तुती करोत. सैनिकापासून ग्रंथकारापर्यंत आणि माळिणीपासून राणीपर्यंत सर्वांची हृदये सदैव मूकपणाने गुणगुणत असतात, 'बाळपण रम्य असेल, म्हातारपण हे दुसरं बाळपण असल्यामुळे तेही रम्य असेल! पण तारुण्य रम्यतम आहे.'

★

अगदी कंटाळून गेलो होतो मी! आणि त्या पत्राची उत्तरे तर उलट डाकेनेच जायला हवी होती. एक विद्यार्थी पकडला आणि बसविला लिहायला. पडल्या पडल्या मी पत्रातला मजकूर सांगत होतो. तो सांगताना काहीतरी चुकल्या चुकल्यासारखे वाटत होते, यात संशय नाही. टेलिफोनवरून पतिपत्नीचा प्रणय-संवाद कितीही वेळ चालला तरी प्रत्यक्ष भेटीतील मूक संभाषणाचा आनंद त्यातून कसा निर्माण होणार? प्रियजनांना लिहायची पत्रे दुसऱ्याकडून लिहून घेताना अशीच अतृप्ती वाटते, पण दुधाची तहान चहावर भागविल्याशिवाय गत्यंतरच नव्हते मला! गणपती मिळाला तेव्हाच व्यासाचे महाभारत लिहून झाले!

सह्या करण्याकरता ती ढीगभर पत्रे मी चाळू लागलो, तो मघाशी चुकल्या चुकल्यासारखे का वाटत होते, याचा उलगडा एका क्षणात झाला. प्रत्येक पत्रावर १-५-३७ च्याऐवजी १-४-३७ ही तारीख आमच्या गजाननमहाराजांनी घातली होती. ध चा मा करण्यापैकीच प्रकार होता हा! मेची पहिली तारीख कामगार-दिनाची म्हणजे पर्यायाने वीररसाची, पण टाकाच्या फटकाऱ्याने तिला 'एप्रिल फूल' करण्याचे श्रेय सदरहू बाललेखकाने घेतले होते. तब्बल एक महिन्याचे अंतर! एवढ्यात किती घडामोडी होतात याची त्या विद्यार्थ्याला कल्पनाच नसावी! चैत्री पौर्णिमेला मारुतीने जन्मत:च सूर्यबिंब धरण्याकरिता बुभु:कार केला, पण आपण चुकून एक महिना मागे गेलो, की फाल्गुनी पौर्णिमाच गर्जून आपल्यासमोर उभी राहायची! आश्विनातली अमावास्या लक्ष्मीपूजनाची आहे, मात्र वरच्याप्रमाणे एक महिन्याची चूकभूल झाली तर तीच सर्वपित्री ठरायची! एकनाथाने हिशेबातील एका पैची चूक शोधण्याकरिता कितीतरी आण्यांचे दिव्याचे तेल खर्च केले होते, हे त्या विद्यार्थ्याने कुठेच वाचले नसावे!

तथापि, पत्रांतील तारखा दुरुस्त करता करता त्या विद्यार्थ्याच्या चुकीविषयी मला सहानुभूती वाटू लागली. आजच मे महिना सुरू झालेला! गेले तीस दिवस तो एप्रिलच्या जगात होता. त्या जगाचे संस्कार सहजासहजी कसे पुसले

झोका

जावेत! पुण्यामुंबईला गेल्यावर पहाटे जाग आली, की खिडकीतून बाहेर पाहून माडांचे भरदार शेंडे दिसले नाहीत म्हणजे मीही क्षणभर गोंधळून जातोच की नाही. मनुष्यप्राणी ज्या परिस्थितीशी समरस होतो ती क्षणार्धात सोडणे त्याच्या जिवावर येते. किंबहुना बुद्धीने ती सोडायचे ठरविले तरी भावनांचा नाजूक गोफ काही सुखासुखी उलगडत नाही. अठ्ठावीस वर्षे ओसाड बेटावर राहिलेल्या रॉबिन्सन क्रूसोला इंग्लंडला परत जाण्याची संधी मिळाली तेव्हा तोसुद्धा तिथल्या झाडांकडे आणि खडकांकडे पाहून ओक्साबोक्शी रडल्यावाचून राहिला नसेल.

या वृत्तीला सवय म्हणा, पुराणप्रियता म्हणा अथवा रूढीचे दास्य म्हणा, ती प्रत्येक मनुष्यात असते यात संशय नाही. माझ्या एका मित्राचीच मोठी मजेदार गोष्ट आहे. स्वारी फिरायला गेली म्हणजे विचारब्रह्मात अशी गुंग होऊन जायची की कोण देहाते सांभाळी? कित्येक वर्षांचे बिऱ्हाड या राजश्रींनी ज्या दिवशी सोडले त्या दिवशी एक प्रहसन चांगलेच रंगले. अंधार पडल्यावर विचारतंद्रीत गृहस्थाचे पाय वळले ते जुन्या बिऱ्हाडाकडे! हाताने दारावरची विजेची घंटा दाबली, कानांना आतील चिल्यापिल्यांची किलबिल ऐकू आली आणि दार उघडताच आत शिरून एका पिल्लाला उचलून 'बब्या' म्हणून त्याचा मुकाही घेतला या प्रेमळ पित्याने. पण प्रथम बब्याच्या चेहऱ्याकडे आणि नंतर त्या तोतया बब्याच्या मातु:श्रीच्या मुखमंडलाकडे दृष्टी जाताच भयंकर गफलत झाल्याची खात्री होऊन स्वारीने जो सूंबाल्या ठोकला- तो वेग तासभर टिकविण्याची शक्ती असती तर ऑलिम्पिक सामन्यातसुद्धा धावण्याच्या शर्यतीत तो पहिला आला असता! हा प्रसंग आठवला की, शेक्सपिअरचे Comedy of Errors आणि गोल्डस्मिथचे She Stoops to Conquer ही दोन्ही नाटके माझ्या डोळ्यांपुढे एकदम उभी राहतात!

पण त्याला एकट्यालाच काही आपण हसायला नको. सहवासाने उत्पन्न होणाऱ्या सवयीचे, परिचयामुळे निर्माण होणाऱ्या प्रेमाचे, आपण सर्वच बंदे गुलाम आहोत. १९११ साली दिल्ली दरबारच्या दिवशी माझ्या शेंडीचे उच्चाटन करण्याचा समारंभ मी पार पाडला पण शिरच्छेदाची शिक्षा झालेला मनुष्यसुद्धा जेवढा विचार करणार नाही, तेवढा काथ्याकूट करून मी या सुधारणेला प्रवृत्त झालो होतो. कुणी विचारले तर माझ्या एका मित्राने मागे उभे राहून न्हाव्याला खूण केल्यामुळे शेंडी छाटली गेली, असे सांगायलाही मी मुळीच मागेपुढे पाहत नसे. त्यावेळी मी बालबच्चा होतो, म्हणावे तर पुढे दोन तपांनी मिशांवर तोच प्रयोग करताना माझी तशीच केविलवाणी स्थिती झाली! फक्त लोकांना द्यायच्या थापांच्या स्वरूपात काय फरक पडला असेल तो! पायजमा आणि डबल ब्रेस्टचा कोट या गोष्टी प्रथम जेव्हा

माझ्या अंगावर बेतल्या तेव्हा मोजमाप घेता घेता शिंपीदादा चोरून मिस्कीलपणाने माझ्याकडे पाहत नाही ना, अशी शंका मला किती वेळा आली म्हणता! पुरुषासारख्या पुरुषाची साध्या नवीन गोष्टीचा अंगीकार करताना अशी स्थिती होते, मग बायकांची गोष्ट तर विचारायलाच नको! इथेही त्या गजगतीनेच चालायच्या! पाठीवर सोडलेली वेणी आणि विनाकच्छ पातळ नेसण्याची पद्धती प्रौढ स्त्रियांना मनातून काय पसंत पडत नाही म्हणता? गोष्टच नको! पण -

पण लोक काय म्हणतील? जुने सोडून नव्याचा स्वीकार करताना लोक काय म्हणतील, हा प्रश्न मनात येणे स्वाभाविक आहे; पण हे नुसते दाखवायचे दात झाले! खरोखर मनातून लोकांची फारशी पर्वा कुणीच करत नाही! आणि क्षणभर लोकमताला फार महत्त्व आहे, असे मानले तरी आपल्या घरात तरी आपलेच राज्य असते ना? मग कुठल्याही प्रौढेला पाठीवर सुंदर वेणी सोडून आरशापुढे अगर आपल्या पतीपुढे उभे राहायला काय हरकत आहे! एरवी हजार कामे करायला तिला वेळ मिळेल, पण स्वतःच्या मनात असूनही ही गोष्ट करायला तिचे मन घेणारच नाही.

त्याबद्दल मी तिला दोष मात्र देणार नाही. कात टाकताना सापाची प्राणांतिक स्थिती होते म्हणतात. अंगवळणी पडलेल्या गोष्टी सोडताना सामान्य मनुष्याचे मनही असेच भांबावून जाते. आमच्या गावात फिरायला जाण्यासारखी कितीतरी रमणीय स्थळे आहेत पण टेकडी अगर समुद्र सोडून दुसरीकडे कुठेही गेले तरी फिरल्याचे समाधानच मिळत नाही मला. शिवलीलामृताचा अकरावा अध्यायच मला अधिक आवडतो, याचे तरी दुसरे कारण काय आहे? खरे म्हटले तर त्यातल्या महानंदेच्या आख्यानापेक्षा पुढे आलेले श्रियाळ-चांगुणेचे आख्यान अधिक रसाळ आहे पण बहिणीला वाचून दाखविण्याच्या निमित्ताने अकरावा अध्याय इतके वेळा माझ्या डोळ्यांखालून गेला आहे, की 'हरहर शिव म्हणून। उडी निःशंक घातली' या ओळी आठवताच चितेच्या भडकलेल्या ज्वालांनाही लाजविणारे महानंदेच्या मुखावरील तेज, तिच्या मुखातील 'हरहर शिव' हे भक्तिभावपूर्ण उद्‍गार ऐकताच त्या ज्वालांनाही सुटणारा कंप, सर्व काही एखाद्या कुशल चित्रकाराने रंगविल्याप्रमाणे डोळ्यांना दिसू लागते. चिलयाच्या आख्यानाशी माझा तितका दाट परिचय झाला नाही. त्यामुळे त्यातील चित्रे अधिक रसपूर्ण असूनही मला इतकी स्पष्ट दिसत नाहीत.

सहवासाने उत्पन्न होणारी ही भावना थोडीफार अंध असते, हे मी अमान्य करणार नाही, पण या अंध भावनेनेच जगातल्या असंख्य घरांत आणि समाजातल्या कितीतरी थरांत आजपर्यंत शांती नांदवली असेल. परिचयाच्या पोटी जर प्रेम जन्माला आले नसते तर पन्नाशीची झुळूक लागल्यावरही घटस्फोटाची मागणी करणारी दांपत्ये विपुल दिसली असती आणि मैत्री या शब्दाला जगातच नव्हे तर

कोशातही अर्थ उरला नसता! 'नववधू, प्रिया मी बावरते' ही तांब्यांची सुंदर कविता शृंगारपर असो वा परमार्थपर असो, सहवासाने प्रिय झालेल्या गोष्टीविषयींचा मानवी मनाचा ओढा तिच्यात किती सुंदर रीतीने चित्रित केला आहे!

त्या विद्यार्थ्याने लिहिलेल्या पत्रांतील तारखा दुरुस्त करता करता कंटाळलेले माझे मन म्हणाले, 'मनुष्य स्थितिप्रिय अथवा सनातनी का होतो, हे कळले मला! पण त्यामुळे प्रगतीला अडथळा होत नाही का? या मुलाने फक्त जुनी तारीखच लिहिली! इतर माणसे जुन्या, निरुपयोगी गोष्टी उराशी कवटाळून बसतात. हे असेच चालू द्यायचे का?' बिलकूल नाही. थोड्या विलंबाने का होईना, नव्याचा स्वीकार करण्याइतके मनुष्याचे मन लवचीक राहिलेच पाहिजे. मुलामुलींची वाढ होत असताना त्यांना रशियाप्रमाणे नवीन संस्कारांच्या शाळेत घातले, की ती वेड्याप्रमाणे जुन्या चिंध्या कधीच गोळा करीत बसणार नाहीत. परिचिताकडे मनुष्याचा स्वाभाविक ओढा असतो, हे काही खोटे नाही, पण लग्नाच्या वेळी मुलीला माहेर सोडताना रडू कोसळले म्हणून सासरी ती काय रडतच बसते? पहिल्या दिवशी सासरचे घर तिला इतके अपरिचित वाटते, की एखाद्या यक्षगंधर्वाने तिला अलगद उचलून माहेरी आईच्या अंथरुणाजवळ नेऊन ठेवायचे कबूल केले तर क्षणभरही विचार न करता ती त्याच्याबरोबर परत यायला तयार होईल. तिथली अंगणातली तुळस आणि गोठ्यातले वासरू पाहून तिच्या माहेरच्या स्मृतीच जागृत होतील. त्या दिवशी स्वप्नातही झोपाळ्यावर बसून 'झोका घेऊ या, झोका देऊ या' असे गुणगुणत ती माहेराला जाण्याचाच विचार करील.

पण थोड्या दिवसांनी माहेरी न्यायला तयार होणाऱ्या यक्षगंधर्वांना ती दुरूनच नमस्कार करील, अंगणातली तुळस आणि गोठ्यातले वासरू पाहून तिला आपल्या संसाराचीच चित्रे दिसू लागतील आणि स्वप्नात झोपाळ्यावर बसून ती गुणगुणू लागेल-

'दार वाजलें, उठूनि धांवलें
पाहिलें, परंतु नाहिं कोणि पातलें.'

लवकरच ती आई होईल आणि आपल्या आईला विसरून जाईल.

तुम्ही म्हणाल- उद्या अगर परवा पत्रे लिहिणारा तो विद्यार्थीही मे ऐवजी एप्रिलचा आकडा घालणार नाही, पण जूनच्या पहिल्या तारखेला तो पुन्हा महिनाभर मागे हटेल ना? कबूल! पण हे एक-दोन दिवसच घडेल. असली माघार ही पुढे उंच झोका जावा म्हणून मागे रेटलेल्या झोपाळ्यासारखी असते, हे आता तुम्हीसुद्धा मान्य कराल.

१९३७

★

माझ्या लहानपणी 'सुखाचा शोध' ही लेखमाला एका लोकप्रिय मासिकात प्रसिद्ध होत असे. ती विद्वत्तापूर्ण असेलही, पण मी तिच्यातली एक ओळही वाचली नसल्यामुळे तो शोध शेवटी लागला की नाही, हे त्यावेळी मला कळले नाही. मात्र गोष्टी वाचण्याकरता त्या मासिकाची पाने चाळताना जेव्हा जेव्हा ही लेखमाला माझ्या वाटेत येई, तेव्हा तेव्हा माझे बालमन हसल्याशिवाय राहत नसे. ते हास्य म्हणजे कूटप्रश्नच होता एक! 'सुख म्हणजे अमेरिका, ग्रामोफोन, मोटार यांच्यासारखी शोधून काढायची गोष्ट आहे का?' असेच जणूकाही ते मूकपणाने विचारी. सुखाचा शोध अजून लागायचा आहे; म्हणजे जग आतापर्यंत दु:खातच होते म्हणायचे तर, असाही विचित्र विचार त्यावेळी मनात क्षणभर भिरभिरून जाई.

पण जग पूर्णपणे दु:खात असल्याचे कोणतेच लक्षण त्यावेळी माझ्याभोवती मला दिसत नसे. नदीवर मुलांप्रमाणे मोठी माणसेही मुटके टाकून घाटावरील मंडळींच्या अंगांवर पाणी उडवीत, चार-चार मैलांवर असलेला क्रिकेटचा सामना पाहण्याकरता बाळगोपाळांचे थवेच्या थवे भर उन्हातून जात आणि उन्हातच बसत, दंडधारी आणि मानापमान ही नाटके पाहण्याकरता व्यापाऱ्यांपासून डॉक्टरांपर्यंत सर्वांत अहमहमिका चाले, रंगपंचमीच्या दिवशी धडधाकट सदरा घालून घराबाहेर पडायची सोयच नसे आणि गावाबाहेर फिरायला जाऊन शेतातल्या भुईमुगाच्या ओल्या शेंगा खात बसण्यातली गोडी काही थोड्याथोडक्या मंडळींना ठाऊक नव्हती! माझ्या त्या चिमण्या जगात दु:ख औषधालाही नव्हते, असे मात्र नाही. आईपासून तालीम-मास्तरापर्यंत अनेक लोक माझ्या सुखाचा वारंवार विरस करीत असत, पण सुखाचा मुद्दाम शोध करण्याइतके ते जगात दुर्मीळ नाही, अशीच माझी त्यावेळी खात्री होती.

बाळपणाचे धुके विरून जाऊन जगाच्या सत्य स्वरूपावर अनुभवाचा पूर्ण प्रकाश आता पडला असला तरी अजूनही मला तसेच वाटते. सुख हे परिसाप्रमाणे आहे, अशी त्याचा शोध करीत बसणारांची समजूत आहे की काय, कुणाला ठाऊक! तेवढा परीस पैदा केला, की आपल्या लोहाराच्या

सुखाचा शोध

दुकानाचे क्षणात कुबेराच्या अलकेत रूपांतर होईल, असे या शोधकांपैकी प्रत्येकाला वाटत असावे! पण जगात परीस आहे, या गोष्टीवर विश्वासच नाही माझा! या पृथ्वीच्या पाठीवरील सोने नेहमी धुळीतच सापडते. ज्यांना सुवर्णकण हवे असतील त्यांनी सोन्याच्या खाणीतील धूळच शोधली पाहिजे. सुखही तसेच आहे. आपल्या जागेपणीच्याच नव्हे तर स्वप्नातील लहानसहान अनुभवांतूनही ते ओसंडून वाहत असते. आपण राजे झाल्याची अथवा एखाद्या अप्सरेने आपल्याला माळ घातल्याची स्वप्ने पडतात, त्याविषयी मी बोलत नाही, पण ज्या स्वप्नात आपला एखाद्या पर्वतशिखरावरून कडेलोट केला जातो, विमानातून चंद्राला हात लावता लावताच आपण खाली कोसळून पडतो किंवा एखाद्या अजगराने आपल्याला गिळल्यामुळे आपण त्याच्या पोटात प्राणांतिक धडपड करू लागतो, ती स्वप्नेसुद्धा एक प्रकारचे सुखच देतात. हे सर्व खोटे आहे, अशी खात्री ज्या क्षणी होते, तो क्षण किती आनंदाचा असतो! जणूकाही आपला पुनर्जन्मच झाला आहे, असे त्यावेळी आपल्याला वाटते.

जागेपणी तर आनंद आपल्याभोवती पदोपदी गोकुळातल्या श्यामसुंदराप्रमाणे मुरलीचे मंजूळ सूर काढीत विविध रूपांनी नाचत असतो. सकाळच्या चहाचा पहिला घोट, पोस्टातून आलेले चारच ओळींचे प्रिय व्यक्तीचे पत्र, दुपारी कामाने आणि घामाने कंटाळून गेल्यावर आलेली वाऱ्याची झुळूक, वाटेने जाता जाता तारेवर दिसणारी चिमणी पाखरे, गवताच्या इवल्याशा काडीला आलेली चिमणी चिमणी फुले, मनातल्या मनात घोळत असलेला 'अंतरिंचा ज्ञानदिवा मालवूं नको, रे' अथवा 'रुणुझुणु ये, रुणुझुणु ये, झणकारित वाळा' असला गोड चरण, देवळात कुणीतरी वाजविलेल्या घंटेचा वायुलहरीवरून नाचत येणारा मधुर नाद, समुद्राच्या वाळूचा लुसलुशीतपणा, लाटांचा पाठशिवणीचा खेळ, चंद्राचा ढगांत चाललेला लपंडाव- ही यादी कधीच संपणार नाही!

हे सुखाचे क्षण धनिकांना आपल्या तिजोऱ्यांत अडकवून ठेवता येत नाहीत आणि सत्तेला संगिनीच्या पहाऱ्यात त्यांना बंदिवानही करता येत नाही. ते प्रत्येकाचे आहेत. समाजधर्म माणसापेक्षा निसर्गालाच सहज समजतो, यात शंका नाही.

केवळ घराच्या चार भिंतींच्या आत सुखाच्या केवढ्या खाणी असतात, याची तरी सुखाचा शोध करीत भटकत फिरणाऱ्या लोकांना कुठे कल्पना असते? ते अमृताकरता स्वर्ग धुंडाळायला जातील, पण खरे अमृतघट तर त्यांच्या घरीच असतात. बोरकरांनी या छांदिष्ट लोकांना विचारलेला प्रश्न किती मार्मिक आहे!

अमृत घट भरले तुझ्या घरी
का वणवण फिरसी बाजारी?
मोत्या इवला, मनी सानुली
कुशीत कवळुनी त्यांना बसली
प्रेमे किति तव राजसबाळी
हे बघुनी कधी रमलास उरी?
वडील वाचिति गाथा पोथी
काल तिथे तू क्रमिलास किती?
किंवा आई वळिते वाती
वदलास तिजशि कधि ऊरभरी
पाडस घरचे कितिदा आले
गळा करुनि वर तुला बिलगले
गोंजारुनि त्या कधि खाजविले
कधि दले दिलिस त्या घासभरी?

जाईजुईच्या फुलांप्रमाणे असले प्रेमळ क्षण मनुष्याला फार लहान- कित्येकदा अगदी क्षुद्र वाटतात. पण Trifles make perfection and perfection is no trifle (पूर्णता म्हणजे अनेक अपूर्ण गोष्टींचे संमेलन) ही उक्ती सुखाइतकी दुसऱ्या कशालाच लागू पडणार नाही. क्षणाक्षणाने विद्या आणि कणाकणाने द्रव्य संपादन करावे, असे एक संस्कृत सुभाषित आहे ना? सुखात विद्येचा विकास आणि लक्ष्मीचा विलास यांचा संगम होत असल्यामुळे ते क्षणांप्रमाणे कणांनीही वाढत असते.

पण नेमके हेच आपल्याला अनेकदा कळत नाही. मनुष्य हा मनुष्याचा शत्रू आहे, असे वर्डस्वर्थ म्हणतो! पण त्यापेक्षाही एक कटू सत्य आहे. मनुष्याचा सर्वांत मोठा शत्रू तो स्वतःच आहे. गीतेच्या दृष्टीने नव्हे तर अगदी व्यवहाराच्या दृष्टीने. सुखी होण्याकरता मनुष्य सदान्कदा दुःखी असतो. लहानपणी पाळण्यावर टांगलेल्या सुंदर चिमण्या सोडून तो चांदोबाचा हट्ट धरील, तरुणपणी गृहाचे नंदनवन करणाऱ्या पत्नीकडे पाठ फिरवून तो वाऱ्यावरल्या एखाद्या अप्सरेच्या मागे धावेल आणि म्हातारपणी जगाबरोबर धावता येत नाही म्हणून वाटेतल्या दगडावर डोके आपटीत बसेल. इसापनीतीतील सांबराच्या सुंदर शिंगांनीच त्याचा घात केला. मागू ती गोष्ट आपल्याला मिळाली पाहिजे, हा अहंकारच मनुष्याच्या सुखाचा सत्यनाश करीत असतो. त्याला जग हवे, पण ते स्वतःच्या सुखाकरिता! जगाच्या

सुखाचा ओझरता विचारही त्याच्या मनाला सहसा शिवत नाही.

रवींद्रांची Gift (देणगी) या नावाची एक रूपककथा आहे. सुवर्णरथात बसून राजाधिराज येत आहेत, असे ऐकताच भिक्षेने भरलेली आपली झोळी काखेला लावून भिकाऱ्याची स्वारी मोठ्या आशेने रस्त्याच्या कडेला उभी राहते. रथ त्याच्यापाशी थांबतो. भिकाऱ्याचा आनंद गगनात मावेनासा होतो, पण आतले राजाधिराज खाली उतरून त्याच्याच पुढे हात पसरतात आणि भीक मागतात! सोन्याच्या रथात बसून फिरणाऱ्या राजाने आपल्यापाशी भीक मागावी? उदात्त अभिमानाच्या दृष्टीने केवढा विलक्षण प्रसंग! पण त्या स्वार्थी भिकाऱ्याला त्याची जाणीवच झाली नाही. त्याने झोळीतून एक दाणा काढून राजाच्या हातावर टाकला. राजा न बोलता मुकाट्याने निघून गेला. भिकारी खोपटीत येऊन झोळी जमिनीवर ओतून पाहतो तो सर्व धान्यात एक सोनेरी दाणा चमकत आहे. त्याने राजाला जो दाणा दिला होता, त्याच आकाराचा होता तो! लहान नाही आणि मोठाही नाही. त्या दाण्याकडे पाहून तो भिकारी ढळढळा रडू लागला.

सुखासाठी धडपडणारे आणि ते मिळत नाही म्हणून सारे लोक या भिकाऱ्यासारखीच चूक करीत नाहीत का? विश्वमोहिनी सुवर्णरथातून येत असलेली पाहून आपण हुरळून जातो, पण पुढे येऊन तिने हात पसरला, की आपण मुलखाचे कृपण होतो. कमीतकमी काय देता येईल, हे आपण पाहू लागतो! आणि द्यावे तसे घ्यावे, हा तर सुखाचा मूलमंत्र आहे. किंबहुना आधी दुसऱ्याला दिल्याशिवाय - त्यागाच्या अग्निदिव्यातून पार पडल्यावाचून- मिळत नाही, अशी जगात एकच अपूर्व गोष्ट आहे- सुख! प्रसववेदनांचे प्राणांतिक कष्ट सोसल्याशिवाय मातेला तरी अपत्याच्या मुखाचे दर्शन कुठे होते!

सुखाचा शोध करणारे वर्तमानपत्रांतून आपल्या या हरवलेल्या गोष्टीविषयी जाहिरात का देत नाहीत, याचे मला लहानपणी कोडे वाटे! नापत्ता झालेल्या मुलांविषयी अशा पुष्कळ जाहिराती मी वाचल्या होत्या. आता मात्र मला वाटते - त्यांना अशी जाहिरात देणे अशक्य आहे! जाहिरातीत आपल्या हरवलेल्या गोष्टीचे अगदी बारीकसारीक वर्णन द्यायला हवे! आणि सुखाचे इतके सूक्ष्म रूप ज्यांच्या डोळ्यांत ठसले आहे, त्यांना ते आपल्या आसपासच कुठेतरी खेळत आहे, हे कळायला फारसा वेळ लागणार नाही. फार फार तर लहान मुलांच्या सवयीप्रमाणे ते कुठेतरी लपून बसलेले असेल! दूर नाही, अगदी जवळच!

१९३७

★

अर्पण पत्रिका

माझे एखादे नवे पुस्तक छापखान्याकडे गेले की, ते कुणाला अर्पण करावे, या गोड कल्पनातरंगात मी गुंगत राहतो. लग्नपत्रिकेप्रमाणे अर्पण-पत्रिका हा सहज थट्टेचा विषय होऊ शकतो, हे मलाही कळते; नाही असे नाही. कुत्र्यांचा अथवा घोड्यांचा शौक असलेल्या संस्थानिकाला उद्देशून 'यांच्या ठायींची अपूर्व रसिकता पाहून हे पुस्तक अत्यंत आदराने अर्पण केले आहे' असे जेव्हा एखादा ग्रंथकार म्हणतो तेव्हा वाचकांनी हसू नये, तर काय करावे? तसे पाहिले तर पेढेबर्फी तयार करणाऱ्या कारखानदाराला एखाद्याने आपले पुस्तक- मग ते खव्यावरले नसेना का- अर्पण करण्यात गैर असे काही नाही. पण तसली एक अर्पण-पत्रिका वाचून मला स्वत:लाच हसू कोसळले होते. अर्पण-पत्रिकेत नाव नमूद करणे आवश्यक असले तरी धंद्याचा उल्लेख कशाला हवा? आणि तो करायचा म्हटले तरी वय, वंशवृक्ष, बायका, मुलांची नावे, इत्यादी गोष्टींचा तरी उल्लेख का करू नये? पण भावनेच्या भरात म्हणा वा मुत्सद्देगिरीमुळे म्हणा, अर्पण-पत्रिकांत असल्या गमती प्रवेश करतात, हे मात्र खरे. कुणीही कुणाला पुस्तक अर्पण करतो, ते प्रेमानेच असले पाहिजे. पण वाचकांना कदाचित हे कळणार नाही म्हणूनच की काय, अनेक ग्रंथकार (त्यात मीही आहेच) आपल्या प्रेमाचा उल्लेख करतात! यातही सप्रेम, प्रीतिपूर्वक वगैरे सूक्ष्म भेद आहेतच! एका धोंड्याने अनेक पक्षी मारण्याची युक्तीही कित्येक अर्पण-पत्रिकांत आढळते. 'मानसमंदिरातल्या देवतेच्या चरणी' ही अर्पण-पत्रिका याच मासल्याची नाही का? इसापनीतीतल्या दोन बायकांच्या दादल्याने एखादी अंकलिपी लिहून ती '-स' अर्पण केली असती तर मला वाटते, त्याच्या डोक्याचे इतक्या लवकर टक्कल झाले नसते! प्रत्येक बायकोला एकान्तात हा ग्रंथराज मी तुलाच अर्पण केला आहे, असे सांगून तो दोघींनाही दीर्घकाळ झुलवू शकला असता. त्याचा तीनशे बायकांचा जनानखाना असता तरी या '-स' च्या तोडग्यामुळे त्याच्या डोक्यावरील केसालाही धक्का लागला नसता!

'अर्पण-पत्रिका म्हणजे एक प्रकारचे प्रदर्शन आहे, पण प्रेम ही काही प्रदर्शनात ठेवण्याची वस्तू नाही!' हा अथवा असेच दुसरे आक्षेप घेणारांची भूमिका मात्र मला मान्य नाही. शहाजहानने मुमताजवर प्रेमरसाचा जो वर्षाव केला असेल तो चंद्रालासुद्धा कळला नसेल आणि राजवाड्याच्या भिंतींना कान असूनही त्यांचे प्रेमालाप ऐकायला मिळाले नसतील! पण या मूक प्रेमाचे स्मारक करण्याच्या वेळी ते अत्यंत रमणीय व दर्शनीय व्हावे, अशी दक्षता त्या रसिक बादशहाने घेतलीच की नाही? अर्पण-पत्रिका म्हणजे तरी काय? ते प्रेमाचे स्मारकच असते.

स्मारक शब्दात एक प्रकारचे कारुण्य आहे, हे मात्र काही खोटे नाही. मनुष्य आपल्याला सोडून गेला की, त्याची आठवण काळाच्या प्रचंड पावलांनी उडणाऱ्या धुळीने बुजून जाऊ नये, म्हणून आपण स्मारके करतो. मग आपल्या आयुष्यात लीलेने संचार करणाऱ्या आणि त्याला उजाळा देणाऱ्या व्यक्तींना पुस्तके अर्पण करणे म्हणजे त्यांचे व आपले प्रेम संपुष्टात आल्याचा उघडउघड कबुलीजबाबच नाही का? या प्रश्नाचे सविस्तर उत्तर न देता मी एवढेच म्हणेन - मानवी मन चंचल आहे- विसराळू आहे- कृतघ्न आहे! अर्पण-पत्रिकेला एवढे महत्त्व आले आहे ते यामुळेच!

लहानपणापासून आपल्या आयुष्यात आलेल्या आणि आपल्याला सुख देऊन मुकाट्याने निघून गेलेल्या व्यक्तीची नोंद आपल्यापाशी कुठे असते? मनुष्याच्या मनाला सुवर्णाक्षरांनी कधी काही लिहिताच येत नाही! त्याचा सारा धुळाक्षरांतला कारभार! एक पावसाळा उलटला, की गेली मागची अक्षरे धुऊन. कित्येकवेळा काही काही विशिष्ट माणसांवाचून जगणे अशक्य आहे, असे आपणाला वाटू लागते. पण थोडासा काळ लोटला की, आपण त्या माणसांना पूर्णपणे विसरून जातो. काळ मनाच्या जखमा बऱ्या करतो म्हणतात! पण मला वाटते, मनात फुललेल्या कोमल भावनांचा फुलोराही तो कोळपवून टाकतो. मोठेपणी लहानसहान कारणासाठी आईच्या अंगावर धावून जाणाऱ्या मुलाला लहान असताना आकाशातला गडगडाट ऐकून आपण कसे भ्यालो होतो, आईला घट्ट मिठी मारून तो बंद करण्याविषयी आपण बोबड्या बोलांनी तिला कसे सांगितले होते आणि तिने पोटाशी घट्ट धरल्यामुळे आपली भीती कशी नाहीशी झाली होती, या गोष्टीचे जर ऐनवेळी स्मरण होईल- पण तसे कुठले व्हायला? मनाच्या चाळणीतून कृतज्ञतेचा सुवास केव्हाच निघून जातो! दुःखाचे वेडेवाकडे काटे मात्र तिच्यात वर अडकून राहतात.

मुलामुलींना 'बरे सत्य बोला, यथातथ्य चाला' या थाटाचा उपदेश मी केव्हाच करीत नाही. मी त्यांना फक्त एक गोष्ट सांगतो. त्यांनी डायरीप्रमाणे एक छोटे पुस्तक ठेवावे. या पुस्तकात आपण अनुभवलेल्या प्रत्येक प्रेमळ प्रसंगाची नोंद करायला त्यांनी विसरू नये. मग त्या प्रेमाचे स्वरूप किती का लहान असेना! पुढे जगाच्या कटू अनुभवाने तोंड वेडेवाकडे करण्याची पाळी येते, त्यावेळी हा जुना मध फार उपयोगी पडतो. व्यवहाराच्या आचेने भावना सुकू लागतात तेव्हा त्यांना असल्या प्रेमळ स्मृतीच ओलावा देऊ लागतात. एकेकाळी माझा जीवश्चकंठश्च असलेला एक मित्र अलीकडे संधी सापडेल तेव्हा माझी निंदा करतो, असे मी ऐकले. अर्थात त्याच्याबद्दल वाईट बोलण्याचा मोह मलाही अनावर झाला. पण आयुष्यातल्या एका अत्यंत निराशेच्या प्रसंगी वडीलभावाप्रमाणे माझ्या पाठीवरून हात फिरवून 'वेडा आहेस तू! हत्ती गेला आणि शेपूट राहिलंय! त्याचं कसलं आलंय एवढं भय?' या शब्दांनी त्याने मला जो धीर दिला, तो मी अजून विसरलो नाही. प्रतिक्रिया म्हणून त्याच्या विरुद्ध बोलण्याची इच्छा उत्पन्न झाली, तेव्हा माझ्या मनाने नेमका हा प्रसंग पुढे केला. लगेच माझ्या तोंडाला कुलूप पडले.

सुवासाप्रमाणे वाऱ्यावर उडून जाणाऱ्या कृतज्ञतेला शब्दांच्या बंधनात अत्तराप्रमाणे कोंडून ठेवण्याचा प्रयत्न म्हणजे अर्पण-पत्रिका! मनुष्य इतर सर्व गोष्टी विसरेल, पण अहंभावामुळे आपल्या पुस्तकांचा विसर त्याला कधीच पडणार नाही. शुक्राचार्यांच्या पोटात शिरून कचाने जशी संजीवनी विद्या संपादन केली, तशा अर्पण-पत्रिकाही लेखकाच्या पुस्तकात प्रवेश करून, त्याच्या विस्मृतीवर म्हणा वा कृतज्ञतेच्या अभावावर म्हणा विजय मिळवितात.

पुस्तक बहुधा अर्पण केले जाते एकाच व्यक्तीला. पण प्रत्येकवेळी ते कुणाला अर्पण करावे, हे गोड कोडे सोडविताना मी माझ्या गत आयुष्याचा बारकाईने आढावा घेऊ लागतो. जमेच्या बाजूला असलेल्या लहानमोठ्या रकमा कुणाकडून आल्या आहेत, हे पाहून माझे मन गहिवरून येते. अशिक्षित मोलकरणीचे मातृप्रेम, वयाने कितीतरी लहान असलेल्या युवकाचे बंधुप्रेम, केवळ योगायोगाने लाभलेले भगिनीप्रेम, फार काय विषमाने बेशुद्ध असलेल्या स्थितीत 'आई आली का?' या प्रश्नामागोमाग 'मास्तर आले का?' या प्रश्नात व्यक्त झालेले शिष्यप्रेम- प्रेमाची इतकी विविध व विलक्षण स्वरूपे अशावेळी प्रतीत होतात की, आयुष्याच्या प्रवासात पायात रुतलेल्या काट्यांचा विसर पडतो. सुगंधमय अशा नवीनच सृष्टीत आपण प्रवेश केला आहे, असा भास होतो. मनुष्याच्या अंत:करणाच्या श्रेष्ठपणावरील

श्रद्धा द्विगुणित होते आणि असे वाटू लागते की, कितीही पुस्तके लिहिली तरी ती कुणाला अर्पण करावी, या विवंचनेत आपल्याला कधीच पडावे लागणार नाही! या लांबलचक यादीत माझी बर्फासारखी पांढरीशुभ्र मांजरी सुली तर आहेच! पण माझ्या घरासमोरच्या टेकडीवरील एक खडकसुद्धा आहे हं! जेरोम. के. जेरोमने चिलमीलाच नाही का आपले एक पुस्तक अर्पण केले?

१९३७

★

'When I was a spy' हे पुस्तक काल रात्री जेवल्यानंतर मी सहज वाचायला घेतले. पुस्तक बरेसे वाटले तर चार-आठ दिवसांत संपवू नाहीतर जिथे कंटाळा येईल तिथेच त्याला रामराम ठोकू, असा मी मनात विचार केला होता.

लहानपणी कुठलेही पुस्तक अगदी अधाशीपणाने वाचीत असे मी! पण मेवामिठाई, पुस्तक आणि मित्र या तिन्हींच्याही बाबतीत वयपरत्वे आपली वृत्ती बदलते यात शंका नाही. लहानपणी बाजारातून पेढ्यांचा पुडा आईकडे आणून देताना त्याचा दोरा माझ्या हातून नकळत सैल झाला नाही, असे क्वचितच घडे! पण पेढ्यांचे व्यापारी जाहिरातींद्वारे प्रकृती सुधारण्याची हमी घेत असतानाही हल्ली पेढ्यांना मी मुळीच शिवत नाही. बाळपणी प्रत्येक शाळासोबती आपला अगदी जिवलग मित्र वाटतो आपल्याला! मराठी शाळेत नामसादृश्यामुळे पानिपतावर गेलेल्या भाऊसाहेबांचा मी अवतार आहे, असे मलाच वाटत होते असे नाही. माझा मुसलमान दोस्त इब्राहिमही स्वतःला इब्राहिमखान गारदी मानून माझ्याशी दोस्ती करीत असे. आज तीस वर्षांनंतर माझ्या आयुष्यात येणाऱ्या- आणि लवकरच त्यातून जाणाऱ्याही- मित्रांच्या आणि माझ्या स्नेहसंबंधाकडे पाहिले, की लहानपणच्या त्या भोळ्या भावाचे स्मरण होऊन जसे हसू येते, तसे मन क्षणभर सद्गदितही होऊन जाते.

उगमापाशी स्फटिकाप्रमाणे स्वच्छ असलेले नदीचे पाणी पुढे गढूळ व्हायचे, हेच खरे! विस्तार व खोली यांचा लाभ काही उगीच होत नाही जगात! बाळपणीची भाबडी मनोवृत्ती राहिली नसल्यामुळे मी आता अनेक मित्रांशी जरा बेताबेतानेच वागतो आणि पुष्कळ पुस्तकेही अर्धवटच वाचतो. पण महायुद्धाच्या वेळी देशाभिमानाने प्रेरित होऊन गुप्त हेराचे काम करणाऱ्या बेल्जियन तरुणीची ती आत्मकथा वाचताना माझा हा सावधपणा कुठल्या कुठे नाहीसा झाला. काळाचा झपझप चालणारा प्रवास घड्याळाच्या टिकटिकीच्या रूपाने शांत रात्री आपले अस्तित्व जाणवतो. पण हे पुस्तक वाचताना

▌रहस्य

एकदासुद्धा मला त्याची चाहूल ऐकू आली नाही. माझ्या खोलीचे दार उघडेच होते, पण अंगणात चांदणे पडले होते की अंधार होता, हे ईश्वरसाक्ष सांगण्याची पाळी जर माझ्यावर आली असती तर माझी गणना वेड्यातच झाली असती. मधूनच डोळे चुरचुरून थोडीशी तक्रार करीत, पण उत्कंठित मनापुढे त्या बिचाऱ्यांचे काय चालणार?

पुस्तक संपवून मी घड्याळाकडे पाहिले. तीन वाजून गेले होते. मला आयुष्यातल्या अशाच रात्री आठवल्या. लहानपणी 'उष:काल' आणि 'कालिकामूर्ती' या कादंबऱ्या मी रात्रभर जागूनच वाचल्या होत्या. दहा वर्षांमागे हार्डीची 'Two on a tower' अशीच अपरात्री संपवून पहाटेची नौबत होईपर्यंत बाहेर पसरलेल्या अंधाराकडे मी पाहत बसलो होतो.

ही चारही पुस्तके वाङ्मयगुणांच्या दृष्टीने कितीतरी भिन्न आहेत! मी वाचलेल्या या देशभक्त तरुणीच्या आत्मकथेपेक्षा बुद्धीला चालना देणारी अगर हृदय हलवून सोडणारी काही थोडीथोडकी पुस्तके वाचली नव्हती मी! शॉ आणि इब्सेन यांची तीन-चार नाटके अथवा चेकाव्ह व ओ हेन्री यांच्या काही लघुकथा मी अजून विसरलो नाही. पण त्या सर्वांभोवती दिव्याचा प्रकाश- फार फार तर दहा वाजेपर्यंत जळणाऱ्या दिव्याचा प्रकाश- मला दिसतो. मध्यरात्रीला साक्षी ठेवून वाचलेली अशी पुस्तके त्यांत फारच थोडी! अर्थात, अशा पुस्तकात काहीतरी निराळाच आकर्षकपणा असला पाहिजे, नाही?

खोलीच्या बाहेर येऊन मी पाहिले. कुणालाही ओळखू येऊ नये म्हणून रजनीने कृष्णवस्त्र अंगाभोवती लपेटून घेतले होते. मात्र इतकी दक्षता घेऊनही क्षणोक्षणी पृथ्वीकडे पाहून आपले हजारो डोळे मिचकावण्याचा मोह तिला अनावर होत होता. माझ्या मनात आले, या डोळे मिचकावण्याचा अर्थ काय बरे असेल? कोणती दृश्ये दिसल्यामुळे रात्र पृथ्वीला अशी हसत असेल? चटकन उत्तर आले, विश्वातली सारी रहस्ये रात्रीलाच कळत नाहीत का? सूर्यप्रकाशात मनुष्याच्या जीवनाचे नाटक सुरू असते; पण रात्रीचा पडदा पडला की, प्रत्येक व्यक्ती जगाच्या रंगभूमीवरून स्वत:च्या मंदिरात येते. तिच्या अंत:करणातल्या आशा-आकांक्षा प्रकट होण्याला यापेक्षा अनुकूल वेळ दुसरी कोणती असणार? माणसांना पडणारी स्वप्ने दिसत असल्यावाचून का रजनीदेवीचे हे अनंत डोळे असे मिस्कीलपणाने हसत असतील! केशवसुतांनी दिवसापेक्षा रात्र श्रेष्ठ ठरविताना अनेक काव्यमय कारणे सांगितली आहेत, पण एक अतिशय सुंदर कारण सांगायला ते विसरले. दिवसा मनुष्य स्वप्नसृष्टीत बहुधा प्रवेश करीत नाही! चुकूनमाकून त्याने केलाच तर त्या दिवास्वप्नात

रात्री निर्माण होणाऱ्या स्वप्नसृष्टीच्या रहस्यपूर्ण नवरसांचा त्रुटीत ओघसुद्धा आढळायचा नाही.

बाह्यत: ज्या विकारांचे निदान करता येत नाही त्यांचा उगम अनेकदा रोग्यांना पडणाऱ्या स्वप्नांवरून निश्चित होऊ शकतो. मानवी मन किती रहस्यप्रिय आहे, याचा आणखी दुसरा पुरावा कशाला हवा? मात्र तो हवा असल्यास नुकत्याच चालू लागलेल्या बालकाच्या लीला पाहाव्यात. स्वारी दाराआड अगर कोपऱ्यात लपून बसते आणि शोधायला आलेली ताई अगर आई पुढे गेली म्हणजे अशी खुदकन हसते की, त्या दिवशी संध्याकाळी बाळाची दृष्ट काढायला कुणीच विसरणार नाही. लपंडावाची आवड हे रहस्यमय मानवी वृत्तीचे बालरूपच नव्हे का?

-आणि म्हणून मनुष्य जितका स्वत:चे रहस्य लपवून ठेवायला उत्सुक, तितकाच तो दुसऱ्याचे रहस्य जाणायलाही उत्कंठित असतो. 'When I was a spy' या कथेत मी रंगून गेलो, त्याचे मुख्य कारण हेच होते. अबला मानली गेलेली स्त्री देशासाठी केवढी वीरवृत्ती प्रगट करते, याचे चित्रणही या कथेत आहे. पण निव्वळ देशाभिमानाने रंगलेलीच कथा असती तर तिचा उत्तरार्ध मी दुसऱ्या दिवशी सकाळीही वाचला असता. त्या रात्री हातातले पुस्तक अगदी खाली ठेववेना, याचे कारण गुप्त हेराचे काम करणाऱ्या नायिकेवर एकामागून एक येणारे ते विलक्षण प्रसंग! अपरात्री एका खिडकीतून बाहेर येणाऱ्या पांढऱ्या हातात गुप्त बातमीचा कागद देणे, मुक्या शिपायाचे सोंग घेऊन शत्रुपक्षाला टेलिफोनने मिळणाऱ्या माहितीचा उगम नाहीसा करणे, गुप्त बातमीकरता आपल्यावर आशक झालेल्या एका अधिकाऱ्याबरोबर राहून शील सांभाळणे- साऱ्याच अद्भुत गोष्टी!

मनुष्य म्हणजे वयाने वाढलेले मूल, हे तत्त्व अशावेळी तीव्रतेने प्रतीत होते. सिंदबाद खलाशाची अगर अलीबाबा धरून एकेचाळीस चोरांची चटकदार गोष्ट वाचताना लहानपणी अगदी तहानभूक विसरून जात असे मी! इतके पावसाळे लोटले, पण माझ्या मनाच्या रहस्यप्रियतेचा तो अद्भुत रंग अजूनही विटलेला नाही! विज्ञानाचे अध्यापक असलेले माझे एक बुद्धिवान स्नेही नाटकाचा पहिला अंक वाचून झाला, की शेवटची पाने आधी चाळून पाहतात. हे पाहिले म्हणजे क्रमशुद्ध पायऱ्यांनी करावे लागणारे कंटाळवाणे शास्त्रीय प्रयोग या गृहस्थाच्या हातून कसे होत असतील, याची परक्याला शंका आल्यावाचून राहत नाही. या शंकेला ते उत्तर मात्र मोठे मार्मिक देतात,

'शिकवायच्या शास्त्रीय प्रयोगांचे रहस्य मनुष्याला आधीच ठाऊक असते!'

अमेरिका, ध्रुवप्रदेश अथवा नंगा पर्वत यांचा शोध लावू पाहणाऱ्या मानवी प्रवृत्तीचा उगम केवळ साहसात नाही. त्या साहसालाही जागृत करणारी एक गुप्त शक्ती असते. ती म्हणजे मनुष्याची रहस्यज्ञानाची उत्कट इच्छा ही होय. मोठ्या माणसांच्या चरित्रांपेक्षा त्यांच्या आत्मचरित्रांवरच वाचकांच्या उड्या पडतात, याचे तरी दुसरे काय कारण आहे? व्यक्तीच्या जीवनप्रवाहात लपून राहिलेली रहस्ये पृष्ठभागावर हळूच डोकावण्याचा संभव आत्मचरित्रातच अधिक! शेरिडनने आपल्या School for Scandal या नाटकात एका कुटाळकंपूच्या मर्कटलीला मोठ्या मजेदार रीतीने दाखविल्या आहेत! मिस पायपरच्या शेळीला जुळे झाले, ही गोष्ट लेडी डंडिझीच्या कानांवर पडते! कानांवरच म्हटली पाहिजे, कारण सदरहू बाई पूर्णपणे बहिरी होती! या बहिऱ्या बाईने कुमारी पायपरलाच जुळी मुले झाल्याची बातमी लगेच पुढे पोहोचविली. वाईट बातमी आगीसारखी झटपट पसरते. दुसरे दिवशी जिकडेतिकडे पायपर या कुमारी मातेची चर्चा सुरू झाली; एवढेच नव्हे तर त्या जुळ्या मुलांचा बाप कोण असावा हेही लोकांनी ठरवून टाकले. मला वाटते, अशा प्रकारच्या कंड्यांच्या मुळाशी परनिंदेइतकीच रहस्यप्रियतेची हौस असते. फरक एवढाच की, खऱ्याखुऱ्या रहस्याच्या अभावी गोष्टीचा रंग जाऊ नये म्हणून आपल्या पदरचा मीठमसाला घालताना ही माणसे मागेपुढे पाहत नाहीत! जन्माला आलेल्या मनुष्याचे एकच भविष्य नक्की सांगता येते व ते म्हणजे तो कधी तरी मरणार, हे होय. पण हे ठाऊक असूनही आपली दैनिक, साप्ताहिक व मासिक भविष्ये आणि तीही निरनिराळ्या वर्तमानपत्रांतील भाविकतेने वाचणारे कितीतरी लोक सध्या दिसतात. दैनिक भविष्यातील आजचा दिवस चांगला आहे, याचा अर्थ आजची खाणावळीतली आमटी चांगली होणार आहे, साप्ताहिक भविष्यातील 'आठवडा' लाभदायक आहे, ही मंगल भविष्यवाणी कुणातरी मित्राबरोबर एखादा बोलपट फुकट पाहायला मिळून खरी होऊ शकेल आणि मासिक भविष्यातील 'कन्याराशीच्या लोकांनी सांभाळून राहावे' हा इशारा या महिन्यात पाहुण्यांची घरात गर्दी होणार, असे सुचवीत आहे, हे अशा व्यवहारचतुर माणसांना एरवी सहज कळले असते, पण उद्याच्या पडद्याआड लपून बसलेली रहस्ये पाहण्याच्या उत्कंठेत अगदी अस्सल व्यवहारी माणसेसुद्धा पागल होऊन जातात.

पण मनुष्यमात्राची रहस्यज्ञानाची उत्सुकता कितीही विलक्षण असली तरी तिची संपूर्ण तृप्ती कधीच होत नाही. महात्माजींचे 'सत्याचे प्रयोग' मी मोठ्या आदराने वाचले आहेत, परंतु ते वाचून गांधीजींच्या अंतरंगातील कितीतरी गोष्टी आपल्याला अजून कळायच्याच आहेत, अशा रुखरुखीत मी ते पुस्तक संपविले आहे. 'यावज्जीवहि काय मी न कळले आप्तांप्रती नीटसे। मित्रांतेहि कळे न गूढ,

न कळे माझे मलाही तसे' याही गडकऱ्यांच्या ओळी मोठ्या विभूतीपासून क्षुद्र व्यक्तीपर्यंत सर्वांच्याच बाबतीत खऱ्या नाहीत काय? माझ्या मागील आयुष्याकडे मी पाहतो तेव्हा त्यातील कित्येक प्रसंगाकडे पाहताना माझा मीच आश्चर्यचकित होऊन जातो. माझ्या तोंडून हे बेफाम शब्द गेले असतील? मी असा उद्धटपणाने वागलो असेन? कळून सवरून मी असे खोटे बोललो असेन? सतराव्या वर्षी एक विशिष्ट मुलगी दृष्टीला पडावी म्हणून कीर्तनाची बिलकूल आवड नसताना एका देवळात मी सात दिवस नियमितपणे गेलो असेन? स्टीव्हन्सनच्या डॉक्टर जेकेल व मि. हाईड या कथेतल्याप्रमाणे प्रत्येक मनुष्यातही एक सज्जन व एक दुर्जन यांचे बेमालूम मिश्रण झालेले असते, हेच खरे! मनुष्याचे आत्मेच दोन झाल्यावर त्याचे आत्मचरित्र कधीही पूर्ण सत्य होऊ शकणार नाही, हे उघडच आहे. ख्रिश्चन धर्मात पापमुक्त होण्याकरिता अंतकाळी धर्मगुरूपाशी आपल्या पापांचा पाढा वाचण्याची पद्धत आहे. त्यावेळीसुद्धा मनुष्य आयुष्यमार्गातल्या खडान् खडा गोष्टी कबूल करीत असेल, असे मला वाटत नाही. दुःखाच्या भरात अगर भीतीने ग्रस्त होऊन मनुष्य आपल्या हृदयमंदिराचे दार उघडतो, पण मंदिरातल्या अंतर्भागात त्याने आपल्याला येऊ दिले तरी त्यातील गुप्त भुयाराचा मात्र तो कोणालाही मागमूस लागू देणार नाही. जिच्या सहवासात वर्षातील बाराही महिने वसंत फुलतो, अशा पत्नीच्या अथवा ज्यांच्या स्मितात सदैव अरुणोदय विलसत असतो, अशा अपत्यांच्या डोळ्यांकडे पाहतानाही मधूनच हे पाणी अथांग आहे, असा भास माणसाला होतोच होतो! तो खरा असो वा खोटा असो, मनुष्यप्राण्याची रहस्याची आवड त्यात प्रतिबिंबित होते यात संशय नाही.

१९३७

★

गोवाऱ्यांच्या शेंगा

अंघोळ करीत असताना किरिस्तावीण भाजीवाली व माझी पत्नी यांचा संवाद सहज कानांवर पडला. गोवाऱ्यांच्या शेंगा माझी बायको अगदी वेचून घेत होती. सैन्यात भरती करताना शिपायांचीसुद्धा इतक्या कसोशीने कुणी तपासणी करीत नसेल! बऱ्याचशा शेंगा जून जून म्हणून परतच केल्या तिने! हा निवडणुकीचा सामना शेवटी चुरशीचा तर होणार नाही ना, अशी शंका माझ्या मनात आली. शिवाय अलीकडच्या बऱ्याच मंडळींप्रमाणे मलाही साम्यवादाची सोईस्कर झुळूक लागलेलीच आहे. तेव्हा हरणावर बाण सोडू नकोस म्हणून दुष्यंताची विनवणी करणाऱ्या ऋषीचा आव आणून मी पत्नीला म्हटले,

"सगळ्या कोवळ्या शेंगा तूच घेतल्यास तर तिचं कसं होईल? सगळी भाजी खपायला नको का तिची?"

माझ्या या प्रश्नाला हिटलर-मुसोलिनीप्रमाणे सौभाग्यवतीने ताडकन उत्तर दिले,

"भाजी खाण्याकरिता करायचीय मला! टाकून द्यायला नाही!"

कवीने सेनापतीला अगर गवयाने मोटारहाक्याला त्याच्या कामाविषयी सल्ला देण्यात फारसा शहाणपणा नसतो! अर्थात मी गप्प बसलो.

मात्र अंग पुसता पुसता अनेक चित्रविचित्र कल्पना माझ्या मनात येऊन गेल्या. साऱ्या भाजीतसुद्धा कोवळ्या आणि जून शेंगा एकत्र नांदत नाहीत! मग जगात पंचविशीतल्या तरुणांचे साठीतल्या वृद्धांशी पदोपदी बिनसावे, यात नवल कसले? लगेच एक थट्टेखोर विचार मनात आला- जुने जाळा, पोळा, मोडा, तोडा, फोडा, अशा अर्थाच्या कविता करणारांना गोवाऱ्यांच्या शेंगा ऊर्फ चिटक्या हा विषय किती छान आणि नावीन्यपूर्ण आहे! बस्स! 'फेकून द्या त्या जून शेंगा! कोवळ्या, लुसलुशीत शेंगाच आम्ही खाणार. आम्हाला जून नको; नवे हवे! क्रांतीचा विजय असो!' अशा अर्थाची कविता किती आवेशपूर्ण होईल!

घरात येताच त्या कोवळ्या लुसलुशीत शेंगांना हात

गोवाऱ्यांच्या शेंगा । ७५

लावण्याची इच्छा मला अनावर झाली! राणीसाहेबांनी सौदा तर केला होता! अगदी शपथेला जून शेंग नव्हती कुठे! पण जगात एकाचे सुख, तेच दुसऱ्याचे दुःख होते. त्या भाजीवालीपाशी साऱ्या जूनच शेंगा राहिल्या! त्या आता कोण विकत घेणार? सारी भाजी खपली तर बिचारीला दुपारी पोटभर जेवायला मिळायचे! आता त्या जून शेंगा कुणी घेणार नाही- अरेरे!

बाकी परदुःख फार लवकर शीतल होते म्हणा!

थोड्या वेळाने बाजारात काही कामाला गेलो आणि पाहतो, तो त्या भाजीवालीच्या साऱ्या शेंगा खपून गेलेल्या! जग हा वेड्यांचा बाजार आहे, त्यात वाटेल ते खपते, असे मी स्वतःचे समाधान करण्याचा प्रयत्न केला; पण इतक्या जून शेंगा कुणी कशाला विकत घेतल्या असाव्यात, हे काही केल्या कळेना मला! कुतूहल म्हणजे अखंड किल्ली मिळालेले गुदगुल्या करणारे यंत्रच असते एक! ते माणसाला थोडेच स्वस्थ बसू देते! मी भाजीवालीला विचारले,

"त्या जून शेंगा खपल्या का?"

हसत हसत तिने उत्तर दिले,

"तुमच्यापेक्षा एक पैसा अधिक मिळाला की! शेंगा मात्र तेवढ्याच होत्या हं!"

तहान भागविण्याकरिता एखादे पेय प्यावे आणि त्याने ती उलट वाढावी तसे झाले. जून चिटक्या महागाईने घेणे म्हणजे काही दांडीयात्रेला निघणे, बंदिवासातून सुटका करून घेण्याकरिता भर समुद्रात उडी टाकणे अगर एखाद्या प्रतिभासंपन्न कृतीने नोबेल प्राइज मिळविणे, अशांपैकी अद्भुततेची छटा असलेली गोष्ट नव्हे! पण त्या जून गोवाऱ्या कुणी घेतल्या, हे त्या भाजीवालीला मी शेवटी विचारलेच. माझे आश्चर्य द्विगुणित झाले. आमच्या शेजारच्या घरीच स्वागत झाले होते त्यांचे!

घरी येऊन बायकोला चकित करण्याकरिता मी ही ताजी बातमी सांगितली, पण तिने शांतपणाने उत्तर दिले,

"गोवाऱ्यांतल्या बिया कचकन फोडता आल्या तरच भाजी खाल्ल्यासारखं वाटतं त्यांना! जून शेंगा म्हणजे अगदी अपूर्वाईची गोष्ट मानतात ती माणसं!"

ती माणसे! म्हणजे आमची गणना कशांत होते? इतक्या जून-जरबट शेंगा खाणारांची राहणी अगदी रानटी असेल म्हणावे तर तेही खरे नव्हते. त्यांच्या घरची पातळे आमच्याइतकीच तलम असत आणि फेब्रुवारी सुरू झाला की, मलमलीचे सदरे शिवायचे काम दरवर्षी शिंप्याला त्यांच्याही घरून मिळे.

दुपारी भाजीत मीठ कमी पडल्याची तक्रार करीत असताना पलीकडच्या घरची

मंडळी जून शेंगांची भाजी कशी खात असतील, हा विचार माझ्या मनात आल्यावाचून राहिला नाही. मग मात्र माझे मलाच हसू आले. त्या घरच्या माणसांच्या आवडीनिवडी आमच्यासारख्याच असल्या पाहिजेत, असे गृहीत धरल्यामुळे मी इतका गोंधळात पडलो होतो! पण त्या तशाच का असाव्यात? अगदी निराळ्या असल्या म्हणून कुणाचे काय बिघडले? गोवाऱ्यांच्या शेंगाची चव म्हणजे वात्सल्य अगर प्रणय यांच्यासारखी काही एखादी नैसर्गिक भावना नव्हे, की उत्तर धुव्रावरील एस्किमोपासून न्यूयॉर्कमधील सौंदर्यराज्ञीपर्यंत अगर पुण्यातील सनातन्यापर्यंत तिचा सर्वांना सारखाच अनुभव आला पाहिजे. 'भिन्नरुचिर्हि लोक:' या सूत्रावरच तर साऱ्या सृष्टीची उभारणी झाली आहे!

भर उन्हाळ्यात हापूसच्या आंब्याची फोडसुद्धा न उष्टावणारी माणसे काही दुर्मीळ नाहीत. ऐन दुपारी आकाश रखरखीत निखाऱ्यांचा वर्षाव करीत असताना फिरायला जाणाऱ्या व्यक्तीही अनेकांनी पाहिल्या असतील. गंधर्व मंडळीचे स्वयंवर नाटक बघणे अशक्य झाल्यामुळे अर्ध्या नाटकावरून उठून गेलेले एक रसिक माझ्या माहितीचे आहेत. सिंक्लेअर लुइसची 'Babbit' ही कादंबरी पन्नास पानांपुढे वाचणे माझ्या एका पदवीधर मित्राला अगदी असह्य झाले होते. एका उपवर कुमाराने सल्लागार म्हणून मला आणि दुसऱ्या एका स्नेह्याला वधूपरीक्षेकरिता आपल्याबरोबर नेले होते. वधूच्या घरच्या फराळाचे ढेकर दिल्यानंतर, एकाच्या मताचा दुसऱ्यावर परिणाम होऊ नये म्हणून त्याने आम्हा दोघांनाही आपली मते लिहून चिठ्ठ्या द्यायला सांगितल्या. परीक्षेच्या भाषेतच निकाल द्यायचे ठरले. मोठ्या उत्सुकतेने भावी वरराजांनी माझी चिठ्ठी पहिल्यांदा उघडून वाचली. "पहिल्या वर्गात पास. गुण शेकडा पासष्ठ." दुसरी चिठ्ठी बोलती झाली : "नापास, शिकस्त शेकडा वीस मार्क!" आम्हा तिघांचेही चेहरे त्यावेळी पाहण्याजोगे झाले होते, पण प्रत्येकाला त्यापैकी दोनच दिसत होते, ते त्यातल्या त्यात भाग्य म्हणायचे!

रुचीची अगर अभिरुचीची ही भिन्नता सर्व काळी, सर्व स्थळी आढळते. पण वैचित्र्य हा जीवनाचा आत्मा आहे, या गोष्टीइतके दुसऱ्या कशाचेच मनुष्याला विस्मरण होत नसेल! या विचित्र विस्मरणामुळेच एका क्षणात विझून जाणारी धर्मभेदांची अग्निकुंडे शतकानुशतके भडकत राहिली आहेत. क्रूसपुढे नम्र होणाऱ्या त्रिशूळाची थट्टा करावीशी वाटते! विष्णूने मोहिनीरूप धारण केल्याची कथा ऐकून आनंदाने नाचणारे डोळे, मेरी कुमारी माता होती हे ऐकताच मिस्कीलपणाने हसू लागतात! कालिदास, भवभूतीसारख्या भिन्नभिन्न प्रतिभावंतांचे भक्त आपल्या दैवतांचे काव्यबिव्य सर्व काही विसरून एकमेकांवर गालिप्रदान करण्यात निमग्न होतात!

लहानशा कारणाने जातीजातींत दंगे होतात आणि वर्तमानपत्रे रटाळ मजकुराने व दवाखाने जखमी झालेल्या लोकांनी भरून जातात!

एका हिमालयातून निघालेल्या गंगा व सिंधू! त्यांचे उगम किती जवळजवळ आहेत. पण मुखे? कुठे बंगालचा उपसागर आणि कुठे अरबी समुद्र! हे दिसत असूनही मनुष्य स्वतःच्या कोत्या जगात इतका गुरफटून गेलेला असतो की, बाहेरच्या जगाने आपल्या मनातल्या गाण्याचा एकसारखा ताल धरावा, असे त्याला वाटते. तो धरला नाही की, जग बेताल झाले म्हणून आरडाओरड करायला केलीच स्वारीने सुरुवात! कोकण पाहायला येणाऱ्या पाहुण्यांपैकी 'इथं घाम फार येतो' म्हणून कुणी कुरकुर केली की, मी त्याला ताजे आडसर खायला देतो. शहाळ्यातल्या गोड पाण्याची मिटक्या मारीत तो तारीफ करू लागला की, मी हळूच म्हणतो, ''ज्या हवेमुळे इथं सारखा घाम येतो, त्याच हवेनं हे पाणीही गोड होतं हं!'' काश्मिरात शेगडी पोटाशी धरली नाहीतर कुडकुडून मरायला होण्याइतकी थंडी पडते म्हणे! पण तेवढी थंडी पडते म्हणून तर तिथे नंदनवन फुलते. उद्या काश्मीरची हवा राजपुतान्यासारखी झाली तर आगगाड्यांनी फुकट प्रवासाच्या योजना जाहीर केल्या तरीसुद्धा कुणी प्रवासी या विख्यात भूमीकडे ढुंकून पाहायचा नाही.

एकच प्रवास पायांनी, सायकलने, बैलगाडीतून आणि मोटारीने केला की, वैचित्र्याची मोहिनी सहज कळून येते. आगगाडीच्या खिडकीतून बाहेर डोकावून पळणाऱ्या झाडाझुडपांकडे पाहण्यात मौज आहेच आहे, पण आगबोटीच्या कठड्यावर क्षणोक्षणी रेलून, गदगदा हलविल्या जाणाऱ्या जल-लतिकांचा फुलोरा पाहण्यातला आनंद जितका भिन्न, तितका आकर्षक नाही का? विमानात बसून पाखरांप्रमाणे जगाकडे पाहण्यात खूप खूप गंमत असली पाहिजे, हे आता लहान मुलालाही पटते पण पाणबुडीतून प्रवास करताना अगर खोल खाणीत उतरताना मनाला होणाऱ्या गुदगुल्या काही कमी कौतुकाच्या नसतील.

विमाने आणि पाणबुड्या यांच्यासारख्या दूरच्या गोष्टी कशाला हव्यात? नुसत्या पायी चालण्यातसुद्धा वैचित्र्याचा आनंद भरपूर मिळतो. लष्करी शिपायाप्रमाणे केलेली रपेट आणि एखाद्या लहान मुलाचे बोट धरून विहिणीप्रमाणे टाकलेली पावले या दोन्हींतही सुख आहे. डोंगरावरील खडकातून मेंढराप्रमाणे पटापट उड्या मारीत उतरणे आणि समुद्रकाठच्या मऊ मऊ वाळूत कुरल्यांसारखे भुर्रकन धावणे या दोन्हींतही किती मौज वाटते! चालण्यापेक्षाही पोहण्यात वैचित्र्याचा अनुभव अधिकच प्रत्ययाला येतो. उताणे पडून, पाण्यात बुडून, एका कुशीवर राहून, हात

वर्तुळाकार फिरवून कितीतरी तऱ्हांनी पोहता येते. सुंदर काव्याप्रमाणे पोहण्यातही क्षणाक्षणाला आनंद नवीन रूप धारण करतो, यात संशय नाही.

जगातल्या लहानसहान वस्तूतही लपलेल्या मधुर आनंदाची ही अनंत रूपे ओळखता आली तर जीवन आकर्षक होण्याला विलंब का लागणार आहे? पण आपल्या स्वत:च्या आवडीपेक्षा निराळी मुद्रा धारण करून आनंदाची मूर्ती आली की, माणसाच्या कपाळाला आठ्याच पडतात. ऊन पाण्याने अंघोळ करण्याची सवय असणाऱ्याच्या अंगावर थंड पाणी पाहूनच काटा उभा राहतो! उन्हाळ्याच्या दिवसांत दमून घामाने ओलेचिंब झाल्यावर नदीच्या डोहात उडी मारण्याचा आनंद त्याने अनुभवलेलाच नसतो! गुलाबाचे फुललेले ताटवे रमणीय दिसतातच! पण जास्वंदीला लटकलेली फुले काय कमी शोभिवंत असतात? प्रोफेसर फडके आणि डॉक्टर केतकर यांचे लेखन मी आजपर्यंत सारख्याच उत्सुकतेने वाचत आलो, याचे कारण तरी हेच नाही का?

असे असूनही जून गोवाऱ्यांच्या शेंगा माणसे कशी खातात, याचे आश्चर्य मला वाटले हे मात्र खरे! सामान्य मनुष्याने आपले मन कितीही मोठे केले तरी जग त्याच्यापेक्षा अनंत पटींनी विशालच असते. तथापि, प्रत्येक नव्या अनुभवाला तरी आपल्या मनात आपण सहानुभूतीने जागा द्यायला हवी! बस्स! ठरले! उद्या मुद्दाम जून चिटक्या घेऊन त्यांची भाजी करायला सांगायचे!

मन व्यापक करण्याचा माझा हा अभिनव उपक्रम मी पत्नीला सांगताच ती म्हणाली, "करायला काय जातंय माझं? पण पैज लावते, हवी तर. ती भाजी खाऊन दाखववावी आपण! आज भाजीत थोडंसं मीठ कमी पडलं तर-"

या 'तर'नेच जगातल्या साऱ्या तत्त्वज्ञानाला पांगळे करून सोडले आहे!

१९३७

★

माझ्या मित्राचा तो लेख उलट टपालाने पाठविण्यासाठी मी लगेच वाचला आणि बुकपोस्ट करण्याकरिता तो गुंडाळू लागलो. त्याच्यावरचा कागद अर्धवट फाटलेला असा पलीकडेच पडला होता. मी तो सहज उचलून पाहिला. तीन पैशांचे तिकीट होते त्याच्यावर!

लेख गुंडाळता गुंडाळता खिडकीतून सहज बाहेर दृष्टी गेली. मुसळधार पाऊस पडत होता नुसता! आकाशाचा चेहरा पुन:पुन्हा काळवंडे आणि तावातावाने उच्चारलेल्या शिव्याशापांप्रमाणे पावसाच्या धारा कोसळत! क्षणभर स्वारीचा राग निवळला, असाही भास होई! पण पुन्हा ये रे माझ्या मागल्या. त्याच काळ्याकुट्ट आठ्या आणि तेच ताडताड शब्द!

कुठल्याही अलौकिक दृश्यात मनुष्याला कवी करण्याचे सुप्त सामर्थ्य असावे! नाहीतर टीचभर दोऱ्याने चार कागद गुंडाळीत बसलेल्या माझ्या मनात पर्जन्याच्या रजतरज्जूंनी स्वर्ग पृथ्वीला आपल्याकडे ओढीत आहे, अशी कल्पना का यावी? रुद्राला प्रलयकाळची अधिदेवता मानणाऱ्या पौराणिक संकेताचे सौंदर्यही याच वेळी मला प्रतीत झाले. मधून काळे, मधून पांढरे दिसणारे आकाश नव्हते ते! भस्मचर्चित कृष्णजटांनी अलंकृत झालेल्या भगवान शंकराच्या मस्तकाचा भास होत होता तिथे! सळसळ खाली कोसळणाऱ्या त्या काय पर्जन्यधारा होत्या? छे! शंकराने कंठात धारण केलेल्या सर्पांच्या माळाच असाव्यात त्या! त्यामधून लखकन चमकणारी ती वीज! शंकराच्या तृतीय नेत्राची उघडझाप अशीच असायची!

पण या जगात काव्याला हा हा म्हणता व्यवहाराची दृष्ट लागते. नववधूने वडील माणसांचा डोळा चुकवून स्वारीला गोविंदविडा देण्याकरिता यावे आणि खाशांनी आंबट तोंडाने आमटी खारट झाल्याची तक्रार करावी, असे नेहमीच घडते. आताही तसेच झाले. मी जो लेख पाठवीत आहे, तो या पावसाने भिजला तर? एकदम हा प्रश्न माझ्यापुढे उभा राहिला. या पावसात एका पातळ कागदाच्या मलमली सदऱ्यापेक्षा

त्याच्या अंगावर अधिक काहीतरी असणे जरूर आहे, हे मला पटले. एक जुने वर्तमानपत्र घेऊन त्याचा ओव्हरकोटच चढविला मी त्याच्या अंगावर!

लेख बांधून झाला, पण एक शंका मनात उभी राहिली. आता या बुकपोस्टाला तीन पैशांचे तिकीट चालेल का? घरात वजनाचा काटा नाही. रविवार असल्यामुळे पोस्टातही वजन करण्याची सोय नाही. या ओव्हरकोटामुळे त्या लेखाचे वजन वाढले तर आहेच. मग तीन पैशांऐवजी चार पैशांचे तिकीट लावूनच द्यावा तो पोस्टात टाकून. उगीच एका पैशाकरिता -

एका पैशाकरिता मी किती वेळ विचार करीत होतो, हे आता इतरांना तर खरे वाटणार नाहीच, पण खुद्द मलाच माझ्या त्या मन:स्थितीचे आश्चर्य वाटते. मात्र एक तीन पैशांचे तिकीट व एक चार पैशांचे तिकीट समोर ठेवून, जगावे की मरावे, याचा विचार करणाऱ्या हॅम्लेटप्रमाणे मी कितीतरी वेळ त्यांच्याकडे पाहत होतो खरा! शेवटी जोहार करणाऱ्या रजपुताच्या आवेशाने मी त्या बुकपोस्टाला तीन पैशांचे तिकीट लावून लगेच ते पोस्टात टाकण्याकरिता पाठवून दिले.

तुम्ही म्हणाल, आपल्या चिक्कूपणाचे इतके रसभरित वर्णन कशाला करतो आहे हा गृहस्थ? पण मी चिक्कू नाही, हीच तर यातली मख्खी आहे. ज्याच्याकडे तो लेख पाठवायचा होता, तो मित्र माझ्या घरी आला असता तर त्याच्या आदरातिथ्याकरिता पाच सोडून दहा रुपये खर्च करायलाही मी मागेपुढे पाहिले नसते. बारीक अक्षर काढले की, पाकिटाचा मजकूर कार्डात मावतो, ही युक्ती मी पाहिली असली तरी तिचा अवलंब अद्यापि मी कधीच केला नाही. अशी पत्रे लिहिणे म्हणजे आपल्या स्नेह्यासोबत्यांना अकारण सूक्ष्मदर्शक यंत्राच्या खर्चात घालणेच नव्हे का? पत्राने काम भागण्यासारखे असताना तार करण्याइतका माझा उधळा स्वभाव! पण त्या दिवशी मात्र ते चार पैशांचे तिकीट लावायला काही माझा हात पुढे झाला नाही.

मला वाटते, ज्याला आपण मनुष्याचा स्वभाव म्हणतो तो असा एकजिनसी, एकरूप असतो ही कल्पनाच मुळात थोडीशी चुकीची आहे! शेषाला हजार डोकी आहेत व तो आपल्या सहस्र मस्तकांवर पृथ्वी धारण करतो, या जुन्या कल्पनेत काय अर्थ आहे, ते मला ठाऊक नाही! बहुधा ते मनुष्याच्या मनावरील रूपकही असावे! तुम्हीच पाहा, मनुष्याला तरी एक मन आहे कुठे! समुद्रावरच्या लाटांप्रमाणे त्याच्यातही हजारो मने एकसारखा पाठशिवणीचा खेळ खेळत असतात.

प्रत्येक मनुष्य आपल्या आयुष्यात एक चटकदार कादंबरी लिहू शकेल, असे

म्हणण्याचा तरी अर्थ हाच नाही का? डोक्यावर इरले घेऊन मुसळधार पावसात शेतात नडणी करणाऱ्या अशिक्षित बाईचे जीवन अथवा काळा झगा घालून शेकडो विद्यार्थ्यांसमोर घरी पाठ केलेले प्रवचन करणाऱ्या पंडितांचे आयुष्य बाह्यत: किती रूक्ष- अगदी कायम ठशाचे दिसते. क्षणोक्षणी पालटणारे, आनंदाने फुलणारे आणि दु:खाने कोमेजणारे, कुणाला कल्पनाही नसेल अशा कोलांट्या घेणारे असे जर माणसाचे मन नसते तर अशा माणसाचे आयुष्य हा यंत्रशास्त्रावरील ग्रंथ झाला असता एक. पण शेतकऱ्यांच्या दरिद्री झोपडीतही नवरस नाचतात आणि प्रोफेसराच्या काळ्या झग्यातूनही फुलपाखरांचे थवे बाहेर पडतात! मनुष्याच्या बहुरूपी मनाचीच ही किमया आहे, नाही का?

-आणि म्हणूनच कुणी शांत स्वभावाबद्दल मला शिफारसपत्र दिले, की मी मनातल्या मनात हसतो! लहानपणी थोरल्या भावाबरोबर आपल्या गावाला नेत नाहीत, असे कळताच मी विहिरीच्या काठावर आत पाय सोडून बसलो होतो, हे त्या बिचाऱ्याला कुठे ठाऊक असते? लहानपणीची गोष्ट तरी कशाला हवी? अगदी १९३७ ची घ्या. हा लेख लिहायला बसलो त्याच्या आधी घटकाभर घडलेलीच मजा पाहा ना! मी माझ्या खोलीत येऊन दार लावून घेतले. इतक्यात बाहेरून कुणीतरी चहाची आठवण केली. मी एकदम उत्तर दिले, ''आता नकोय चहा मला!'' हे काय शांतपणाचे लक्षण? सुप्त ज्वालामुखीचे कढ पृथ्वीलाच जाणवतात, त्याच्या पृष्ठभागावरील द्राक्षाच्या मळ्यात फिरणाऱ्या माणसांची तोंडे गोड व्हायला काहीच हरकत असत नाही, हे मनुष्याच्याही बाबतीत नेहमीच अनुभवाला येते.

या अनेक मनांमुळेच कुणाही माणसाविषयीच्या आपल्या कल्पना थोड्याफार चुकीच्याच ठरतात! डोक्यावर कर्जाचा डोंगर असून, मान लवभरही न लवविणारा आणि हितशत्रूंच्या वाग्बाणांनी आनंदित होणारा एक गृहस्थ मला नुकताच भेटला! सहज मागच्या गोष्टी सांगता सांगता तो म्हणाला,

''मी एकदा आत्महत्या करायला गेलो होतो!''

''स्वप्नात काय वाटेल ते दिसतं.'' मी म्हणालो.

''स्वप्न नाही, अगदी सत्यकथा आहे ही! सावत्र आईनं पाच रुपये चोरल्याचा आळ घातला माझ्यावर! काही केल्या झोप येईना त्या रात्री. जीव द्यायला म्हणून मध्यरात्री नदीवर गेलो-''

साध्या मनुष्याचे आयुष्यही कादंबरीसारखे रंगू लागले ते असे! मानवी संस्कृतीची आणि आयुष्यातल्या अनुभवांची विविध पुटे वर बसल्यामुळे प्रत्येक मनुष्य

आपल्याला विशिष्ट स्वभावाचा वाटतो खरा, पण प्रत्येकाच्या आयुष्यात काही क्षण असे येतात, की त्यावेळी सुधारणेच्या सुंदर वस्त्रांचा संभार दूर राहतो आणि मनुष्याचे खरेखुरे स्वाभाविक रूप प्रकट होते. अर्थात हे रूप रानटी असते, हे सांगायला नको. नाहीतर चित्रपट पाहायला अगर प्रवास करायला चार मित्र असल्याशिवाय ज्याला गंमत वाटत नाही, त्या मनुष्याने पोस्टाच्या तिकिटात एक पैसा वाचविण्याचा प्रयत्न कशाला केला असता?

एक मोठे सत्यनिष्ठ गृहस्थ आहेत. मराठी भाषेचा कोश करण्याचे काम त्यांच्याकडे दिले तर 'सत्य', 'तत्त्व', 'ध्येय', 'शास्त्र', 'तर्क, 'बुद्धिवाद' वगैरे शब्दांनीच तो ते भरून काढतील. लक्ष्मीला पसंत पडणाऱ्या धंद्यात पडल्यामुळे तर त्यांची तत्त्वनिष्ठा अधिकच खुलून दिसते! परवा या गृहस्थांना एका शाळेच्या संमेलनात बोलण्याचा प्रसंग आला. शाळा चार-पाच गृहस्थांनी काढली होती. त्यातील प्रमुखाशी कशामुळे तरी बिनसले होते यांचे! उरलेल्यांपैकी एक होते त्यांचे जीवश्चकंठश्च मित्र! बाकीचे आपले साधारण ओळखीचे! भाषणात शाळेच्या संस्थापकाचा उल्लेख करण्याची वेळ आली तेव्हा या आधुनिक युधिष्ठिराने आपल्याशी सख्य नसलेल्या प्रमुख मनुष्याचे नाव अजिबात गाळून टाकले. आपल्या मित्राचे नाव अभिमानाने उच्चारले आणि पक्षपाताचा आरोप येऊ नये म्हणून त्याला 'वगैरे' या शब्दाची जोड दिली! जगात सत्यनिष्ठ लोकांकडूनच सत्याचे किती सहजासहजी विडंबन होऊ शकते! मनुष्यातल्या रानटी मनाने थोडीशी हालचाल केली, की वरची सुधारणेची तलम वस्त्रे हा हा म्हणता फाटून जातात, हेच खरे!

पंचपतिव्रतांत गणना होणाऱ्या सीता-द्रौपदीच्या कथा तरी हेच दर्शवीत नाहीत काय? मायावी राक्षसाच्या हाका ऐकूनही लक्ष्मण जाईना, तेव्हा सीतेने त्याच्याविषयी भलताच संशय घेतला अगर द्रौपदीच्या मनात कर्णाविषयी अभिलाष उत्पन्न झाला, इत्यादी वर्णने मानवी मनाचे यथार्थ स्वरूप चित्रित करतात! मनुष्याचे मन हा अनंत नद्यांचा सागर आहे. ते चित्रिविचित्र रंगांनी रंगलेले चित्र आहे. व्हिक्टर ह्यूगोच्या Les Miserables कादंबरीतील नायकाप्रमाणे ते पोटाकरिता पावाच्या तुकड्याची चोरी करील, शिक्षा भोगीत असताना प्राणाची पर्वा न करता पळून जाईल, संकटात आश्रय देणाऱ्या मनुष्याच्या घरीच चोरी करील आणि आपल्या चोरीकडेही आईच्या प्रेमळ दृष्टीने पाहणारे हृदय दिसताच पश्चात्ताप पावून इतका त्याग करील, की तो पाहून साधुसंतांनीही आश्चर्यचकित व्हावे!

याचा अर्थ मानवी मन निव्वळ लहरी आहे, असा नाही. त्याच्यातले देवदानव

कसे जागृत होतात, त्यांच्या तुमुल युद्धात अनेकदा राक्षसांचाच विजय का होतो, किंबहुना मानवी मनातल्या राक्षसांचे निर्मूलन करण्याची कल्पना व्यवहारापेक्षा काव्यातच अधिक शोभणारी आहे किंवा नाही, इत्यादी प्रश्नांची उत्तरे समाजशास्त्र आणि मानसशास्त्र यातील तज्ज्ञांनीच दिलेली बरी!

तिकीट लावताना एका पैशाची बचत करू पाहणारे माझे मन अगदी अस्सल राक्षसकुळातील नसेल! पण त्याला निदान सातव्या-आठव्या दर्जाच्या एखाद्या भुताने तरी पछाडले असावे खास!

मात्र शास्त्रीय दृष्टीला माझ्या त्या क्षणिक क्षुद्रपणाचे समर्थन करता येणारच नाही, असे नाही. मी चिक्कू नसेन, पण माझ्या पणजोबाचे खापरपणजोबा तिमाजी नायकांचे परात्पर गुरू शोभण्याइतके कृपण असतील. माझी ती आनुवंशिकता तर त्या क्षणाला जागृत झाली नसेल ना? त्या दिवशी पावसामुळे माझे फिरणे चुकले होते. त्या कंटाळलेल्या मन:स्थितीमुळेही मला त्या एका पैशाचा मोह उत्पन्न झाला असेल! नाही कुणी म्हणावे? कदाचित- छे! बहुधा माझ्या सुप्त मनात त्या मित्राविषयीचा कसला तरी राग, हिरवळीत लपून बसणाऱ्या जिवाणूप्रमाणे दडून राहिला असेल.

अरे, हो! आता आठवले सारे! मागे मी मुंबईला गेलो होतो, तेव्हा बंदरावर यायचे कबूल करूनही स्वारीने गुंगारा दिला होता मला! त्याचा सूड-

रानटी मनुष्याला बाणांचा उपयोग केल्याशिवाय कुणाचाही सूड घेणेच शक्य नव्हते, पण आता विसाव्या शतकात जग इतके सुधारले आहे, की बाणांचे काम न लावलेले पैशांचे तिकीटही करू शकते.

पण हा एका पैशाचा प्रश्न तरी का उद्भवला? माझ्या मित्राचा लेख पावसात भिजू नये, ही सद्भावनाच त्याच्या मुळाशी नव्हती का?

★

सृष्टीतली सर्वांत सुंदर वस्तू कुठली याविषयी एकमत होणे कठीण आहे, असे प्रथमदर्शनी प्रत्येकाला वाटते. प्रवेशपरीक्षेला बसणाऱ्या पाच-पन्नास विद्यार्थ्यांचेच काय ते संस्कृत चांगले असते, पण जगन्नाथ शंकरशेट शिष्यवृत्ती कित्येकवेळा दोन दोन विद्यार्थ्यांत वाटण्याची पाळी येतेच की नाही? निसर्ग म्हणजे तर नावीन्याचे निधान, भव्यतेचे भांडार, सौंदर्याचा सागर, रमणीयतेचा रसनिधी! निसर्गातल्या विविध वस्तूंतले वैचित्र्यही इतके सौंदर्यपूर्ण असते की, त्यांची एकमेकांशी तुलना करणे रसिक मनाला हास्यास्पद वाटल्यावाचून राहत नाही. फुललेला बटमोगरा आणि भरतीच्या लहरींनी फेसाळणारा समुद्र यात अधिक रम्य काय आहे, हे कसे ठरवायचे? तारकांनी शोभणाऱ्या आकाशाच्या विस्तीर्ण वेलापेक्षा एखादे चिमणे फुलपाखरूच अधिक मोहक दिसते, असे म्हणणाऱ्याला काय तुम्ही वेड्यातच काढाल? प्रात:काळ आणि सायंकाळ यांना तर कवींनीच देव्हाऱ्यात बसविले आहे, पण मध्यान्ह आणि मध्यरात्र स्वभावाने इतकी रंगेल नसली तरी त्यांच्या शांत गांभीर्यातही तेवढीच मोहकता असते, असा माझा अनुभव आहे.

जो जो अधिक विचार करावा तो तो हा प्रश्न अधिकच बिकट आहे, असे मनाला वाटते; पण खरे पाहिले तर तो मुळीच तसा नाही! एखाद्या उखाण्याचे उत्तर अगदी सोपे असते. नेहमी डोळ्यांपुढे असणारी एखादी वस्तू असते ती! पण अतिपरिचयामुळे ते उत्तर आपल्याला सुचतच नाही! तसेच याही बाबतीत होते. समुद्रमंथनातून देवदानवांनी सौंदर्याचे सारसर्वस्व धारण करणाऱ्या कितीतरी वस्तू बाहेर काढल्या- लक्ष्मी, पारिजात, कामधेनू, अप्सरा, अमृत. मग रमणीयतेची ही सर्व रूपे ज्याच्यात समरसतेने एकवटली आहेत त्याला सौंदर्याच्या सिंहासनावर अभिषेक करायला काय प्रत्यवाय आहे?

तुम्ही म्हणाल, 'पुरे झाला हा लपंडाव, नाव सांगा की त्या वस्तूचे'. कुठले नाव सांगावे, हीच तर पंचाईत पडली आहे मला! म्हणजे लोकांनी तिला एकसारखी नावे ठेवल्यामुळे

चांदण्यात

नावांची संख्या वाढली असे नाही हं! आई आपल्या बाळाला किती नावांनी हाक मारते? राजा, चिमण्या, छकुल्या, सोनुल्या- सृष्टिमातेनेही आपल्या या लडिवाळाचे कौतुक करताना त्याला इतक्या विविध नावांनी आळविले आहे की, चंद्रमा, इंदु, सोम, हिमकर, सुधाकर, शशांक, रजनीनाथ, तारापति! लहानपणी अमरकोशाचे भारी भय वाटत असे मला! माझ्याप्रमाणेच धास्ती घेतलेले अनेक लोक असतील. तेव्हा ही यादी इथेच पुरी करणे बरे! नाही?

माझी चंद्राची निवड अनेक सोवळ्या वाचकांना पसंत पडणार नाही, हे मी जाणून आहे. ते एकमेकांकडे डोळे मिचकावून तोंडातल्या तोंडात काहीतरी पुटपुटतील, कुठल्या तरी पुराणांची नावे उच्चारतील आणि म्हणतील, 'छी! डाग लागलाय त्याला! छे छे! असल्या कलंकित वस्तूला सौंदर्याच्या सिंहासनावर बसवायचे? अब्रह्मण्यम्!' बिचाऱ्यांना कल्पनाही नसेल, की हा कलंक हेच चंद्राचे सर्वांत मोठे भूषण आहे. विश्व निर्माण झाले तेव्हा सर्व वस्तूंना चंद्राचा अतिशय मत्सर वाटू लागला! मग आपल्या लाडक्या राजाला दृष्ट लागू नये म्हणून सृष्टिमातेने त्याची दृष्ट काढून तीट लावली ही त्याला! सर्वांच्या मत्सराचा विषय होणे विशेष गुणांवाचून शक्य तरी आहे का? हवे तर सध्याच्या अनेक साप्ताहिकांना विचारा. ज्यांच्यावर वेळोवेळी ती अवास्तव टीका करतात तीच माणसे लोकांची अधिक आवडती असतात.

आमच्या रसिक संस्कृत कवींनी चंद्राविषयीचे संकेतसुद्धा किती सुंदर कल्पिले आहेत पाहा. चंद्र हा मदनाचा सखा. तसे पाहिले तर वसंत हा मदनाचा अधिक जिवलग मित्र आहे, पण चंद्र हाही बारा महिने हसणारा मूर्तिमंत वसंत ऋतूच नाही का? चतुर्थीचे चांदणे पृथ्वीला नवपल्लवांनी नटविते तर पौर्णिमेचे चांदणे चराचराला वासंतिक धुंदीने उन्मत्त करून सोडते. दुसरा चंद्रकांताचा संकेत पाहा. चंद्रोदय झाला की, चंद्रकांत पाझरू लागतो. नुसत्या दर्शनाने दगडालाही पाझर फुटावा, हा सौंदर्याचा केवढा मोठा विजय आहे! घरातल्या चिमण्या पाडसाने आपणहून दिलेला पापा, रमणीचे चोरून घेतलेले चुंबन आणि आईने अगर वडिलांनी मायेने पाठीवरून फिरविलेला हाताचा स्पर्श या सर्वांचा मनोहर संगम चांदण्यात झालेला आहे, यात शंका नाही. चकोराचा संकेतसुद्धा काही कमी आकर्षक नाही. आकाशातून पाझरणाऱ्या अमृताचे या ध्येयवादी पाखराला एवढे विलक्षण वेड असते की, पृथ्वीवरील सर्व गोष्टी तुच्छ मानून तो चंद्रिकेची आतुरतेने मार्गप्रतीक्षा करीत असतो.

चकोराच्या या वेडाचे मला तरी हसू येत नाही. दिव्य सौंदर्याचे वेड म्हणजेच प्रतिभा. ज्याला चंद्राने वेड लावले नाही, असा कवीच झाला नाही अजून! शेले

त्याचा फिक्कटपणा पाहून तो प्रेमविव्हल झाल्याचा तर्क करतो तर कालिदास चंद्रावरील कलंकही त्याची शोभा वृद्धिंगत करतो, म्हणून सांगत सुटतो. प्रिय माणसांचे सारेच प्रिय वाटते, हे अशावेळी पूर्णपणे पटते. माझ्यासारख्या गद्याळलेल्या मनुष्यानेही 'चंद्रकोर नीरांजन, लावि रजनि चपल चरण' असे भाऊबीजेच्या चंद्रकोरीचे परवा जाता जाता वर्णन केले. मग कोल्हटकरांनी मूकनायकात अष्टमीच्या चंद्राची जी शोभा वर्णन केली आहे, ती किती बहारीची असेल! 'चंद्र चवथिचा' किंवा 'चंद्र किं, ग, ढळला' हे अर्धेमुर्धे चरणसुद्धा संजीवनी-मंत्राने प्राणसंचार व्हावा त्याप्रमाणे आपले मन अवर्णनीय सौंदर्याने भारून टाकतात. मग मंदिराच्या खिडकीत बसलेली रमणी व आकाशात चमकणारा चंद्र पाहून एका संस्कृत कवीला आपण मयसभेत आहो, असा भास झाला यात नवल कसले? आकाशातला चंद्र खरा, की खिडकीतला चंद्र खरा, याचे कोडेच पडले त्याला! इतक्यात आकाशातील चंद्राला ग्रहण लागले. बिचारा खिडकीकडे आशेने पाहतो तो केशकलापाने रमणीचा मुखचंद्रमाही झाकून गेलेला! थोड्या वेळाने दोन्ही ग्रहणे सुटली, पण त्यामुळे कोडे वेगळे सोडविण्याच्या कामी त्या कवीला काही फारसे साहाय्य झाले नसेल. श्यामसुंदर कादंबरीत आईला सोडून दूर गेलेला श्याम 'पौर्णिमेच्या दिवशी तू तेथून चंद्राकडे पाहत जा, मी येथून पाहत जाईन म्हणजे आपल्याला एकमेकांच्या भेटीचा आनंद होईल' असे जे लिहितो, ते केवळ काव्य नाही. मानवी भावनांचा सृष्टीतला अगदी जवळचा सखा चंद्रच आहे.

पुंडरीकाला भेटायला महाश्वेता अपरात्री तरलिकेसह गेली तेव्हा चंद्रानेच तिला मार्ग दाखविला. लहानपणापासून आपण आवडीने पाहिलेले मृच्छकटिकच घ्या ना! वसंतसेनेला घरी पोहोचविण्याकरिता दिवटीची जरुरी असते, पण चारुदत्ताचा नोकर म्हणतो, ''महाराज, घरात तेलाचा एक थेंबही नाही. मग दिवटी कसली पेटवू?'' पण घर स्नेहशून्य झाले तरी चंद्र तसा होत नाही. तो झटकन वर येतो आणि दरिद्री चारुदत्त गाऊ लागतो-

रजनिनाथ हा नभीं उगवला
राजपथीं जणुं दीपचि गमला
नवयुवतीच्या निटिलासम किति
विमल दिसे हा ग्रहगण भोंवति
शुभ्रकिरण घन तिमिरीं पडति
पंकीं जेवि पयाच्या धारा

चंद्र लहानपणापासून प्रत्येकाचा मित्र असतो.

'चांदोबा, चांदोबा भागलास का? निंबोणीच्या झाडामागे लपलास का? निंबोणीचे झाड करवंदी! मामाचा वाडा चिरेबंदी' हे गाणे लहानपणी मी पहिल्यांदा ऐकले, तेव्हा निंबोण्यांची करवंदे करणाऱ्या या जादूगाराविषयी मला विलक्षण प्रेम वाटू लागले. आपल्या संगमरवरी वाड्यातून मामाने एकदा तरी खाली यावे आणि मेतकुटाने कालवलेल्या गोड आटवलाचा माझ्या ताटातला एक तरी गोड घास खाऊन जावे, म्हणून मी किती आशाळभूतपणाने त्याच्याकडे पाहत असे. पुढे खेळून उशिरा घरी परतताना काळोखाचे भय मनात येई, तेव्हा चंद्राची स्वारी आभाळातल्या एखाद्या कोपऱ्यातून 'भिऊ नको', 'बाळ, हो उगी,' असा धीर देत मला सोबत केल्यावाचून राहत नसे. माझ्या कॉलेजातल्या दोन वर्षांत व्यावहारिक आपत्तींची भुते मला अशी भिववीत की, कित्येकदा रात्रभर माझा डोळ्याला डोळा लागत नसे. अशावेळी खोलीतून बाहेर आलो की, चंद्र आपल्या शीतल करांनी मला गोंजारून म्हणे, 'पाहा, जरा पलीकडे पाहा! झाडांच्या सावल्यांशी चांदणे कसे खेळत आहे. आयुष्यातल्या आपत्तीशी माणसानं असंच खेळायला नको का?'

वाद्यांचा विलाप आणि भटांचे आलाप यांचे पार्श्वसंगीत सुरू झाल्यावर गोरज मुहूर्तावर माझे लग्न झाले. पण त्यावेळी शांत चांदणी रात्रच भोवताली पसरल्याचा भास झाला मला! जीवनमार्गावरल्या सखीची माझी अनेक सुखस्वप्ने खरी झाली. पण ती पाहण्याकरिता.

जलवलयाचे तरल रुपेरी नुपूर पदिं बांधुनी
खळखळत गुंग झरा नर्तनीं
पांढरा पारवा हूं हूं कोठें करी
क्षण मंद वायुनें लता हले कांपरी
जणुं शांतताच ही निःश्वसनातें करी
लपत छपत विधुकिरण खेळती हिरव्या पानांवरी

अशा गंधर्वसृष्टीत काही जावे लागले नाही मला! माझ्या पत्नीच्या डोळ्यांतच चांदण्याचा झरा आहे, हा शोध मला गृहप्रवेशाच्या वेळीच लागला. आता ते चांदणे माझ्या मनातले होते, असे ती मुद्दामच तुम्हाला सांगेल. मी तिला मुळीच विरोध करणार नाही, मात्र 'चोराच्या मनात चांदणे' या म्हणीची मी तिला हळूच आठवण मात्र करून देईन. मग पाहू या- पाहायला कशाला हवे? चांदण्याला आपोआपच

अधिक बहर येईल.

घरात दोन चंद्रकोरी उदय पावल्यामुळे आताशी आकाशातल्या चंद्रकोरीकडे माझे मधूनमधून दुर्लक्ष होऊ लागले आहे, हे खरे! पण वृद्ध शंकराने त्याला आपल्या मस्तकावर आदराने स्थान दिले आहे, हे काही मी विसरलो नाही. कर्तृत्वाचे वय मागे पडले की, जगाकडून माणसाची उपेक्षा होऊ लागते. अहंकाराने ग्रस्त झालेल्या मनाला उतारवयात ही उपेक्षा किती दु:सह होते, हे मोठ्या लोकांच्या बाबतीत मी पाहिले आहे. अशा मन:स्थितीत चंद्रासारखा मनुष्याचे सांत्वन करणारा तत्त्वज्ञ कोणी नाही, असे मला वाटते. उगवत्या सूर्याची लोक पूजा करतात, मावळत्या सूर्याला भाविक अर्घ्ये देतात; पण अंधाराला शांतपणाने उजाळा देणारा चंद्र त्यांच्या खिजगणतीतही असत नाही. मध्यरात्रीनंतर आकाशात हसत हसत प्रवास करणाऱ्या चंद्राचा मला कितीदा तरी हेवा वाटला आहे. अनेकदा मनात येते- आयुष्याचा असा प्रवास करणे मला कधीतरी साधेल का?

ऊन आणि पाऊस यांच्यासारखा चांदण्याचा जगाला प्रत्यक्ष उपयोग होत नसेल कदाचित! पण चंद्रावाचून जगाचे कधीच चालायचे नाही, असे मला वाटते. बुद्धिवादाचा कितीही उत्कर्ष झाला तरी शेवटी भावनांनीच जीवनाला शीतलता लाभते. मोतिलाल आणि जवाहरलाल यांनी हसत हसत कारागृहात पाऊल टाकल्याची वर्णने रोमहर्षक आहेत, पण जवाहरलाल तुरुंगात जाणार म्हणून आपल्या खोलीत जमिनीवर साध्या शेंदरीवर पडून राहिलेल्या मोतिलालांच्या मनाची जी तळमळ चालली होती ती त्या वर्णनापेक्षा कमी हृदयस्पर्शी आहे, असे कोण म्हणेल? महर्षी कर्वे दशदिशा दणाणून सोडणारे वक्तृत्व करू शकत नाहीत, पण हिंगण्याच्या माळावरला प्रत्येक दगड त्यांनी बोलका केला आहे, तो काय भावनांच्या उत्कटतेवाचून? गांधीजींनी दांडीयात्रेच्या वेळी हातात घेतलेला दंड आमच्या भारताला कुठल्याही राजदंडापेक्षा अधिक वंदनीय वाटतो, तो उगीचच का? सेनापती बापट रस्ते साफ करण्याचे काम हसतमुखाने करू लागतात, तेव्हा जनाबाईचे दळण विठ्ठलाने स्वत: दळल्याची अद्‌भुत कथा एका दृष्टीने खरी आहे, असेच नाही का आपल्याला वाटत?

भावना हेच जीवनातले चांदणे आहे. चंद्रिका मातीच्या घरावर संगमरवरी सौंदर्याचा साज चढविते आणि बाभळीच्या झाडाला नंदनवनातील पारिजातकाइतकी मोहकता प्राप्त करून देते. नाही का? अमावास्येलाच सारी भुतावळ बाहेर पडते, ही जुनी कल्पना काही अगदी अर्थशून्य नाही. चांदण्यात पिशाचे बाहेर पडतील तर

त्यांचे चटकन यक्षगंधर्वांतच रूपांतर होईल.

मला एक विचित्र स्वप्न वारंवार पडत असते. प्रलयाचे भयंकर दृश्य दिसते त्यात! गगनचुंबी गिरिशिखरे मातीला मिळत आहेत, आकाशातल्या तारका दवबिंदूंप्रमाणे टपटप खाली पडत आहेत, राजमंदिरांचे आणि देवळांचे कळस, अजस्र विमाने आणि प्रचंड तोफा लाकडाच्या मोडक्या तुकड्यांप्रमाणे पाण्याच्या राक्षसी लाटांत पडत आहेत आणि बुडत आहेत- त्या दृश्यातल्या भव्यतेपेक्षा भयानकतेचाच पगडा माझ्या मनावर अधिक बसतो. इतक्यात कुठून तरी प्रेमळ शब्द येतात-

'भिऊ नकोस. तुझ्या आवडीच्या एका वस्तूचे नाव घे. ती आणि तू सुरक्षित राहाल.'

मी चटकन चंद्राचे नाव घेतो.

स्वप्न खरे! पण त्यात फार अर्थ भरला आहे, असे तुम्हीसुद्धा म्हणाल. एका आंधळ्या म्हातारीने नातवाच्या डोक्यावर छत्रचामरे पाहायला मिळावीत, असे मागणे देवाजवळ मागितले होते ना? तशीच मागणी आहे ही! एका चंद्रामुळे साऱ्या सृष्टीचा पुनर्जन्म होऊ शकतो. त्याच्या किरणांत अमृत असते, या कल्पनेमुळे नाही मी असे म्हणत. अगदी तर्कशास्त्राच्या दृष्टीने पाहा- प्रलयातून चंद्र सुरक्षित राहिला म्हणजे सूर्याला काडीचाही धक्का पोहोचणे शक्य नाही. सूर्यावाचून चंद्र कसा प्रकाशू शकेल? सूर्यकिरणांमुळे पृथ्वीवरील पाणी आकाशात जाऊन मेघांचे रूप घेणार, योग्य वेळी पाऊस पडणार, मग आपोआपच गवतापासून देवदारापर्यंत सर्व वनस्पती निर्माण होणार, इत्यादी इत्यादी भविष्य सांगायला काही ज्योतिष्याची जरुरी नाही! चंद्रामुळे सर्व निर्जीव सृष्टीच अशी निर्माण होईल, असे नाही. माझ्यासारखा एक पुरुष एकलकोंडेपणाने पृथ्वीवर भटकत असलेला पाहून चंद्र अस्वस्थ होईल, मग मदन आपल्या मित्राच्या समाधानाकरिता या पुरुषाची सोबतीण म्हणून एक लावण्यमय रमणी निर्माण करील आणि मग-

मग पृथ्वीवर जिकडेतिकडे चांदणेच चांदणे फुलेल.

१९३७

★